ഗ്രീൻ ബുക്സ്

കൂട്ടക്ഷരങ്ങൾ

സുഭാഷ് ചന്ദ്രൻ

കഥാകൃത്ത്, നോവലിസ്റ്റ്.
1972ൽ ആലുവയ്ക്കടുത്ത് കടുങ്ങല്ലൂരിൽ ജനനം.
എറണാകുളം സെന്റ് ആൽബേർട്സ്, മഹാരാജാസ്
കോളേജ്, ലോ കോളേജ്, ഭാരതീയ വിദ്യാഭവൻ
എന്നിവിടങ്ങളിൽ വിദ്യാഭ്യാസം.
1994ൽ മലയാളത്തിൽ ഒന്നാം റാങ്കോടെ
മാസ്റ്റർ ബിരുദം. ഇപ്പോൾ മാതൃഭൂമി വാരാന്തപ്പതിപ്പിൽ
ചീഫ് സബ് എഡിറ്റർ. കേരള സാഹിത്യ അക്കാദമി
നിർവാഹക സമിതി അംഗമാണ്.
പുരസ്കാരങ്ങൾ: കേരള സാഹിത്യ അക്കാദമി
പുരസ്കാരം, കേന്ദ്ര സാഹിത്യ അക്കാദമി പുരസ്കാരം,
വയലാർ പുരസ്കാരം, ഓടക്കുഴൽ പുരസ്കാരം,
ക്രോസ്‌വേഡ് പുരസ്കാരം, ഫൊക്കാന അവാർഡ്,
അബുദാബി ശക്തി അവാർഡ്.

അനുഭവം

കൂട്ടക്ഷരങ്ങൾ

സുഭാഷ് ചന്ദ്രൻ

ഗ്രീൻ ബുക്സ്

green books private limited
gb building, civil lane road, ayyanthole,
thrissur- 680 003, kerala, ph: +91 487-2381066, 2381039
website: www.greenbooksindia.com
e-mail: info@greenbooksindia.com

branches:
thrissur 8589095302
thiruvananthapuram 8589095301
calicut 8589095307

malayalam
koottaksharangal
experience
subash chandran

first published june 2018

cover photo : ashraf malayali
cover design : sajith peupa

printed in india
repro india ltd

isbn : 978-93-87331-88-4

₹ 220.00
GBPL/1011/2018

സമർപ്പണം

എല്ലാ ഫെയ്സ്ബുക്ക് കൂട്ടുകാർക്കും

കൂട്ട്, ഈ അക്ഷരങ്ങൾ

ഏതൊരെഴുത്തും ഒരർത്ഥത്തിൽ ഒരു കൂടു തേടലാണ്, ഒരു കൂട്ട് കൂടലാണ്. മലയാളത്തിൽ വസിക്കുന്ന ഇടത്തിന് കൂടെന്നും ഒപ്പം വസിക്കുന്നയാൾക്ക് കൂട്ട് എന്നും ഒരക്ഷരത്തിന്റെ ഇരട്ടിപ്പിലൂടെ മാത്രം സാധിച്ചെടുത്ത രണ്ടു വാക്കുകളുടെയും സ്രഷ്ടാക്കൾക്കു നമസ്കാരം. കൂടിനും കൂട്ടിനും തമ്മിൽ, അവ നൽകുന്ന സാന്ത്വനങ്ങൾക്കു തമ്മിൽ വലിയ ഭേദമില്ലെന്ന ധ്വനിയാണല്ലോ അതിൽ മുഴങ്ങുന്നത്. മനുഷ്യന്റെ കൂടായ വീട്ടിനുള്ളിൽ ചെലവഴിക്കുന്നതിനേക്കാൾ കൂടുതൽ സമയം നാമിപ്പോൾ നമ്മുടെ സൈബർ ഇടങ്ങളിൽ കഴിയുന്നു. ഒറ്റയ്ക്കൊറ്റയ്ക്ക് നമ്മുടെ മുറികളിൽ ഇരുന്നുകൊണ്ടുതന്നെ നാമൊരു ആഗോള ആൾക്കൂട്ടമായി ഒത്തുചേരുന്നു. പോരായ്മകൾ എന്നതുപോലെ തീർച്ചയായും ഈ കൂട്ടുചേരലിന് തികവുകളുമുണ്ട്. ഏകാന്തതയെ മറികടക്കുവാൻ സഹായിക്കുന്നു എന്നതാണ് ഒരു സാധാരണക്കാരനെ സംബന്ധിച്ച് ഇതിനെക്കുറിച്ചുപറയാവുന്ന ആദ്യഗുണം. 'എന്താ അയാൾക്ക് തൊട്ടുമുന്നിൽ കാണുന്ന മറ്റൊരാളോട് നേരെ ചൊവ്വേ എതിർമുട്ടി ഏകാന്തത ശമിപ്പിച്ചുകൂടാ' എന്ന ചോദ്യം വരാം. എന്നാൽ തെരഞ്ഞെടുക്കപ്പെട്ട ഒരു ആത്മസുഹൃത്തിനോട് തന്റെ ഹ്ലാദവിഷാദങ്ങൾ പറയുന്നതിനേക്കാൾ, തന്റെ ഹ്ലാദവിഷാദങ്ങളെ തെരഞ്ഞെടുത്ത് ആത്മസുഹൃത്തായി തീരാൻ ക്ഷണിക്കുന്ന, വിപരീത ദിശയിൽ പ്രവർത്തിക്കുന്ന ഒന്നാണ് ഫേസ്ബുക്ക് എന്നു പറയാം. ലൈക്കും കമന്റുമൊക്കെ എത്ര വ്യാജമെന്നു കരുതുന്ന ഒരാൾക്കുപോലും അതിൽ എഴുതപ്പെട്ട കാര്യങ്ങൾ കുറേ പേർ വായിച്ചിട്ടുണ്ടാകുമെന്ന കാര്യം നിഷേധിക്കാനാവില്ല.

സ്വയംവരത്തിനു ചമഞ്ഞു നിൽക്കുന്ന വധുവിനെ പ്പോലെയാണ് അവിടെ ഓരോ പോസ്റ്റും. അത് സാഹിത്യമോ

സംഗീതമോ രാഷ്ട്രീയമോ വ്യക്തിജീവിതമോ എന്തുമാകട്ടെ, കൃത്യം ഫ്രീക്വൻസിയുള്ള ഒരു മറുകൂക്കലെങ്കിലും കുയിലിനെന്ന പോലെ ലഭിക്കാതിരിക്കുകയില്ല. (തീർച്ചയായും ഒരു പാട് കുറുക്കൻ കൂക്കലുകളും). സിനിമയും നാടകവും തമ്മിലുള്ള പ്രധാന വ്യത്യാസമായി അഭിനേതാക്കൾ പറയാറുള്ളത് പേപ്പറിലെഴുതുന്നതും സൈബറിൽ എഴുതുന്നതും തമ്മിലുള്ള അന്തരമായും പറയാം. ഇവിടെ പ്രതികരണം തത്സമയമെന്നോണം കിട്ടുന്നു.

കഥയും കവിതയും ഓർമ്മക്കുറിപ്പുകളും നോവലുമൊക്കെയായി പലതും എഴുതിയതിൽപ്പിന്നെയാണ് ഞാൻ ഫേസ്ബുക്ക്, ഗൂഗിൾ പ്ലസ്, വാട്ട്സ് ആപ്പ് തുടങ്ങിയ നവമാധ്യമ നഭസ്സിലേക്ക് വരുന്നത്. ആദ്യമാദ്യം വെറും കുശലങ്ങൾക്കപ്പുറം പോകാതിരുന്ന ഞാൻ പിന്നെപ്പിന്നെ ഉടൻ പ്രതികരണങ്ങൾ ആവശ്യമെന്നു തോന്നിയ ചില പൊതുവിഷയങ്ങളെക്കുറിച്ചും എഴുതി. പലതിനും ലക്ഷങ്ങളുടെ 'റീച്ചും' പതിനായിരങ്ങളുടെ 'ലൈക്കും' കിട്ടി. ചിലതൊക്കെ അവഗണനയുടെ കുപ്പയിൽ വീണു. ചില പോസ്റ്റുകൾ എനിക്ക് ആജീവനാന്ത സുഹൃത്തുക്കളെ സമ്മാനിച്ചപ്പോൾ ചിലവ ബദ്ധവൈരികളെ തന്നു. രണ്ടും ഞാൻ ഒരേ ആത്മാർത്ഥതയോടെ സ്വീകരിച്ചു.

ഒരെഴുത്തുകാരന്റെ ഒരക്ഷരം പോലും പാഴല്ലെന്ന ഒരു തിരിച്ചറിവ് ഈ ഉത്സാഹത്തിനു പിന്നിലുണ്ടെന്ന് ഊഹിക്കുമ്പോൾ തന്നെ ഒരു സന്തോഷം. സൈബറിടങ്ങൾക്ക് മറ്റ് എന്തെല്ലാം മികവുണ്ടെങ്കിലും ഒരു കുറവ് നിശ്ചയമായും ഉണ്ട്, അത് അവ സൃഷ്ടിക്കുന്ന ഒരു മിഥ്യാപ്രതീതി തന്നെ. ബിറ്റ് കോയിൻ പോലെ അവിടെ സ്നേഹം പോലും ഒരു അദൃശ്യത പ്രദർശിപ്പിക്കുന്നു. പുസ്തകത്തിലാവട്ടെ വെറുപ്പു പോലും തൊട്ടു നോക്കാവുന്ന യാഥാർത്ഥ്യമായി തോന്നും. അതുകൊണ്ട് സൈബറിടങ്ങളുടെ മിഥ്യയിൽ നിന്ന് പുസ്തകത്തിന്റെ തഥ്യയിലേക്ക് പറിച്ചുനടപ്പെടുന്ന ഈ അക്ഷരങ്ങളോട് എനിക്ക് പ്രത്യേകം പ്രതിപത്തിയുണ്ട്.

കൂടും കൂട്ടും തേടിയ അക്ഷരങ്ങളാകയാൽ ഇതിനു കൂട്ടക്ഷരങ്ങൾ എന്നു പേർ. സ്നേഹം കൊണ്ട് നിങ്ങളീ ഭൂമിയിൽ ചേർത്തുകെട്ടിയിട്ടുള്ള ഒരു അക്ഷരപ്രാണനെ ദ്യോതിപ്പിക്കാൻ മറ്റൊരു കൂട്ടുപദവും തേടേണ്ടതില്ല.

സ്വന്തം

സുഭാഷ് ചന്ദ്രൻ

ഉള്ളടക്കം

ചന്ദനമണിവാതിൽ പാതിചാരി...

ചില ഗാനങ്ങൾ കേൾക്കുമ്പോൾ നമുക്കും അവ എളുപ്പത്തിൽ പാടാനാകുമെന്നു തോന്നും. ചില കഥകൾ വായിക്കുമ്പോൾ, ചില ശില്പങ്ങൾ കാണുമ്പോൾ, ചില ചിത്രങ്ങൾ അനുഭവിക്കുമ്പോൾ... ഓ, ഇതുപോലൊന്ന് സൃഷ്ടിക്കാൻ നമുക്കും കഴിഞ്ഞേക്കും എന്നൊരു തോന്നൽ മനസ്സിൽ പൂ പോലെ വിടരും. എന്നാൽ അതിനു തുനിയുമ്പോഴാണ് നമ്മുടെ അശക്തി നമുക്കു തന്നെ ബോധ്യപ്പെടുക. ഇന്നലെ വരെ നമ്മുടെ കുളിമുറിയിൽ നിന്നു പാടിയിരുന്ന ആ ഗന്ധർവൻ തന്റെ പാട്ട് റെക്കോഡ് ചെയ്ത് കേട്ടു നോക്കുമ്പോൾ അയ്യേ എന്നു നിരാശനാകുന്നു. തനിക്കുണ്ടായ ഹൃദയസ്പർശിയായ അനുഭവത്തെ കടലാസിലേക്കു പകർത്താൻ ശ്രമിക്കുമ്പോൾ ഭംഗിയുള്ള ഒരു വാചകം പോലും കൊരുക്കാൻ കഴിയാതെ പരാജിതനാകുന്നു.

എന്നാൽ ഇതൊരു കഴിവുകേടായല്ല, കഴിവായിട്ടു തന്നെ വേണം കണക്കിലെടുക്കാൻ എന്നാണ് എനിക്കു തോന്നുന്നത്. ഇത്തരം ഘട്ടങ്ങളിൽ വെളിവാകുന്നത് അതിനു ശ്രമിക്കുന്നവന്റെ അശക്തിയല്ല, അതിനു വിധേയമാകാൻ നിന്നു തരാത്ത ആ കലയുടെ ശക്തിയാണെന്നു തീർച്ച! നമുക്കും സാധിക്കും എന്നു അനുവാചകനെക്കൊണ്ടു തോന്നിപ്പിക്കുന്നതാണ് വാസ്തവത്തിൽ യഥാർത്ഥ സർഗ്ഗാത്മകതയുടെ ആദ്യ ലക്ഷണം.

ഇവിടെ ഒരു സംശയം ഉണർന്നേക്കാം. പാബ്ലോ പിക്കാസ്സോയുടെ മഹത്തായ ചിത്രങ്ങൾ കണ്ടാൽ, അല്ലെങ്കിൽ ബീഥോവന്റെ സിംഫണികൾ കേട്ടാൽ, അതുമല്ലെങ്കിൽ കുറസോവയുടെ സിനിമ കണ്ടാൽ, അവ ലളിതമാണെന്നോ അത്തരമൊന്നു സൃഷ്ടിക്കണമെന്നോ നമുക്കാർക്കും

ജി. വേണുഗോപാലിനുമൊപ്പം

തോന്നാറില്ലല്ലോ എന്നതുതന്നെ അത്. എന്നാൽ സുഹൃത്തുക്കളേ, അവരെയും അനുകരിക്കാൻ ശ്രമിക്കുന്നവർ, അതിൽ പരാജയപ്പെടുന്നവർ ചിലപ്പോഴെങ്കിലും വിജയിക്കുന്നവരും എണ്ണത്തിൽ കുറവാണെങ്കിലും ഈ ഭൂമിയിൽ തീർച്ചയായും ഉണ്ട്!

മറ്റൊരു തരത്തിൽ പറഞ്ഞാൽ, കുറച്ചു മനുഷ്യപ്പറ്റോടെ പറഞ്ഞാൽ, ഏറ്റവും നിസ്സാരനും ഏറിയ മഹത്വമുള്ളവനും അവർക്കിടയിലുള്ള ആയിരക്കണക്കിനു തരക്കാർക്കും യഥാനുസാരം ആസ്വദിക്കാനും അനുഭവിക്കാനുമുള്ള വിഭവങ്ങൾ ആ പരമസ്രഷ്ടാവ് ഇവിടെ നമുക്കായി ഒരുക്കിവച്ചിരിക്കുന്നു. അവനെ നമുക്ക് വിഷ്ണുവെന്നോ അള്ളാഹുവെന്നോ മിശിഹായെന്നോ ദേഷ്യം വരുന്ന നേരത്ത് സുഭാഷെന്നു പോലുമോ വിളിക്കാം.

ഇത്രയും ഇവിടെ പറഞ്ഞത് ഒരു പാട്ടിന്റെ ആമുഖമായിട്ടായതിൽ എന്നോടു ക്ഷമിക്കുക. വേണുഗോപാലിന്റെ ഈ ഗാനം ആദ്യമായി കേട്ട കാലം മുതലേ എന്നെ ആഹ്ലാദിപ്പിച്ച ഒന്നാണെങ്കിലും അതൊന്നു പാടാൻ നോക്കിയപ്പോഴാണ് അദ്ദേഹത്തിന്റെ പ്രതിഭയെ ഞാൻ ശരിക്കും അളന്നത്. ഓ, നമ്മുടെ ഗാനങ്ങളുടെ ഉദ്യാനത്തിൽ ദൈവം പലതരം പൂക്കൾ സൃഷ്ടിച്ചല്ലോ. അവയെല്ലാം ആസ്വദിക്കാൻ നമുക്കു കഴിവും തന്നല്ലോ!

■

ആ പ്രണയകാലം തിരിച്ചുവരുന്നു...

ഇന്ന്, മാർച്ച് 2ന് കോഴിക്കോട് മലബാർ ക്രിസ്ത്യൻ കോളേജിൽ ഒരു ദിവസം നീണ്ടു നിൽക്കുന്ന അപൂർവമായ ഒരു പ്രദർശനം അരങ്ങേറുകയാണ്. നാൽപതോളം പ്രണയലേഖനങ്ങൾ വലിയ പോസ്റ്ററുകളായി കളർ പ്രിന്റെടുത്ത് ഈ കലാലയം പ്രദർശിപ്പിക്കുന്നു! മനുഷ്യന് ഒരു ആമുഖം എന്ന നോവലിൽ ജിതേന്ദ്രൻ എന്ന കഥാപാത്രം ആൻ മേരിയെന്ന തന്റെ പെണ്ണിന് എഴുതിയ ഈ കത്തുകൾ മൊബൈൽ യുഗത്തിന് തൊട്ടുമുമ്പ് എഴുതപ്പെട്ടവയാണ്. എന്റെ പ്രിയപ്പെട്ടവൾക്ക് വിവാഹത്തിനു മുമ്പ് ഞാനെഴുതിയ കത്തുകളിൽ നിന്ന് ഊരിയെടുത്ത ഖണ്ഡങ്ങളാണ്. ഇവ യഥാർത്ഥം!

ഈ പ്രദർശനം ചരിത്ര വിഭാഗം പ്രൊഫ. ശ്രീ വസിഷ്ഠിന്റെ ആശയമാണ്. ഇതിനായി ഒരുക്കിയ വലിയ പ്രിന്റുകൾ പ്രദർശനാവശ്യത്തിന് സൗജന്യമായി കൈമാറാനും കേരളത്തിലെ വിദ്യാർത്ഥികളെക്കൊണ്ട് ഈ പ്രണയലേഖനങ്ങൾ വായിപ്പിക്കാനും ഒരു ചരിത്ര പ്രൊഫസർ തീരുമാനിച്ചതിൽ ഈ പഴയ കാമുകന്റെ സന്തോഷം അറിയിക്കട്ടെ!

■

ഉണ്മയും പൊയ്യും....

ഇന്നലെ മിഠായിത്തെരുവിലൂടെ നടക്കുമ്പോൾ അപ്രതീക്ഷിതമായി കുറേ വെളുത്ത മനുഷ്യർ ഒരു കടയിൽ പ്രതിമ പോലെ നിൽക്കുന്നതു കണ്ടു. ആണുങ്ങളും പെണ്ണുങ്ങളും. പക്ഷേ പൂർണനഗ്നരായി നിന്നിട്ടും ജനനേന്ദ്രിയം ഇല്ലാത്തതിനാൽ നമ്മെ ഷൾഗവ്യത്തിൽ (കൺഫ്യൂഷൻ) വീഴ്ത്തുന്നവർ. എന്നോടൊപ്പം കാർട്ടൂണിസ്റ്റ് ഗോപീകൃഷ്ണനുമുണ്ടായിരുന്നു.

ഞങ്ങൾ കുട്ടികളെപ്പോലെ ആഹ്ലാദിച്ചു കൊണ്ട് (അതോ മുതിർന്നവരെപ്പോലെ വിഷാദിച്ചു കൊണ്ടോ?) ആ കടയിലേക്ക് കയറി. വസ്ത്രക്കടകൾക്കായി മാനികിനുകൾ തയ്യാറാക്കി വിൽക്കാൻ വച്ച ആ കടയിൽ ജീവനുള്ള ആരേയും കണ്ടില്ല. രണ്ടു നിലകളിലായി അസംഖ്യം വെൺപ്രതിമകൾ മാത്രം!

നട്ടുച്ച നേരത്തെ ആ അനുഭവത്തിൽ നിൽക്കുമ്പോൾ ആൽബേർ കാമുവും ഫ്രാൻസ് കാഫ്കയുമായി ഞങ്ങൾക്ക് രൂപാന്തരം വന്നു പോകുമോ എന്ന് ഞാൻ ഭയന്നു. ഭാഗ്യം, അടുത്ത ക്ഷണം ഞങ്ങൾ രണ്ട് മുട്ടൻ മലയാളികളായി സ്വന്തം ഉണ്മയിലേക്ക് തിരിച്ചു വന്നു.

പിന്നെ ഒട്ടും വൈകാതെ ആ പൊയ് മെയ്യുകളുടെ പശ്ചാത്തലത്തിൽ ഞങ്ങളുടെ ഉണ്മയെ പരസ്പരം മൊബൈലിൽ പകർത്തി. ദാ. ഇങ്ങനെ! ■

അക്ബർ മാഷിന് ഒരു ഹൃദയം കണ്ണീർ

കന്മഷമില്ലാത്ത സ്നേഹമാണ് പൊടുന്നനെ അണഞ്ഞു പോയത്.

അനുജാ എന്നുള്ള ഒരു ചേർത്തു പിടിക്കൽ ആണ് അഴിഞ്ഞു പോയത്. അവസാനമിറങ്ങിയ എന്റെ പുസ്തകം സത്യൻ അന്തിക്കാടിൽ നിന്ന് ഏറ്റുവാങ്ങിയത് അദ്ദേഹമായിരുന്നു. ആ ചടങ്ങിൽ അദ്ദേഹം സുഭാഷ് ചന്ദ്രന് തലക്കനമുണ്ടെന്ന് പ്രചരിപ്പിക്കുന്നവരെ പരിഹസിക്കുന്ന പ്രസംഗമാണ് നടത്തിയത്. ചടങ്ങുകഴിഞ്ഞ് എന്നോടു പറഞ്ഞു: “നിന്നെ അറിയാത്ത കഴുവേറികൾ എന്നോടു തന്നെ അങ്ങനെ പറയുമ്പോൾ സങ്കടം തോന്നീട്ടുണ്ട്; അത് ഞാൻ ഇന്നു തീർത്തു!”

ജ്യേഷ്ഠാ എന്നാണ് ഞാൻ വിളിച്ചിരുന്നത്. ശരിക്കും കൂടപ്പിറപ്പായി തന്നെ തോന്നിയിരുന്നു. സിങ്കപ്പൂരിൽ ഞങ്ങളൊന്നിച്ചു നടത്തിയ സന്ദർശനത്തിന്റെ ഒരു ചിത്രം ഒപ്പം വയ്ക്കുന്നു.

ജ്യേഷ്ഠാ, ഞാൻ അങ്ങേ ലോകത്തെത്തുമ്പോൾ അവിടേയും എനിക്ക് തുണ നിൽക്കണേ!

എപ്പോഴും മന്ദഹാസമുള്ള ആ മുഖത്ത് കണ്ണീരോടെ ഉമ്മ. ■

മുംബൈ ലിറ്റ് ഫെസ്റ്റിൽ

ഫെബ്രുവരി 21ന്, കഴിഞ്ഞ ഞായറാഴ്ച ഞാൻ മുംബൈയിലായിരുന്നു. ശ്രീ മോഹൻ കാക്കനാടന്റെ മുഖ്യകാർമികത്വത്തിൽ, ഇന്ത്യയിലെ പതിന്നാലു ഭാഷകളിൽ നിന്നെത്തിയ എഴുത്തുകാർ ഭാഷയേയും സാഹിത്യത്തെയും ഇന്ത്യൻ ജീവിതത്തെയും കുറിച്ചു നടത്തിയ സംഭാഷണങ്ങൾ കൊണ്ട് ധന്യമായ ഗേറ്റ്‌വേ ലിറ്റററി ഫെസ്റ്റിവൽ എനിക്ക് പുതിയ അനുഭവങ്ങൾ തന്നു. ഇന്ത്യയിലെ തല മുതിർന്ന എഴുത്തുകാരെ ഒരുമിച്ചു കാണാനും ഒന്നിച്ചിരുന്ന് ഭക്ഷണം കഴിക്കാനും കഴിഞ്ഞതു തന്നെ വലിയ കാര്യം.

രണ്ടാം ദിവസമായ ഞായറാഴ്ച, ലോക മാതൃഭാഷാ ദിനമായ 21നായിരുന്നു എന്റെ സെഷൻ. മലയാളികളായ എഴുത്തുകാർ മാത്രമുള്ള ആ സെഷന്റെ ചിത്രമാണ് ഒപ്പം. ഈയിരിക്കുന്ന ആറു പേരേയും തിരിച്ചറിയാൻ പറ്റിയവർ ദയവായി കൈ പൊക്കണം. അങ്ങനെയെങ്കിലും എന്റെ മാതൃഭാഷ പുളകം കൊള്ളട്ടെ! ■

ഒരു കൈയെഴുത്തു കാലത്തിന്റെ ഓർമയ്ക്ക്

പ്രിയരേ,

എല്ലാവർക്കും സന്മനസ്സും സമാധാനവും നിറഞ്ഞ പുതുവർഷം നേർന്നു കൊണ്ട് തുടങ്ങട്ടെ. വ്യക്തിപരമായി കഴിഞ്ഞ വർഷം എന്നെ ഏറ്റവും സന്തോഷിപ്പിച്ച ഒരു നിമിഷത്തെക്കുറിച്ച് എഴുതുകയാണ്:

ആ നിമിഷത്തിന്റെ ചിത്രമാണ് ഒപ്പമുള്ളത്.

കാര്യം ലളിതമാണ്. എന്നാൽ എന്നെപ്പോലെ ഓർമകൾ മൂലധനമാക്കി അക്ഷരവ്യാപാരത്തിൽ ഏർപ്പെടുന്ന ഒരാളെ സംബന്ധിച്ച് ഏറെ അമൂല്യവും. എറണാകുളം ആസ്ഥാനമായുള്ള പ്രശസ്തമായ മിർ ഗ്രൂപ്പിന്റെ 2016ലെ കലണ്ടർ പ്രകാശനമാണിത്. കലണ്ടറിന്റെ ഓരോ താളിൽ നിന്നും സ്റ്റാമ്പൊട്ടിച്ച ഒരു പോസ്റ്റ് കാർഡ് നമുക്ക് അടർത്തിയെടുക്കാം! അതെ, ഈ മൊബൈൽ ഫോണുകൾ നമ്മുടെ സ്നേഹങ്ങളെ വ്യഭിചരിക്കുന്നതിനു മുമ്പ് നാം ഹൃദയപൂർവം അയച്ചിരുന്ന ആ ഇരുപത്തഞ്ചു പൈസയുടെ മഞ്ഞ ശലഭച്ചിറകുകൾ! കത്തെഴുത്തുകാലത്തെ മടക്കിക്കൊണ്ടുവരാനല്ല, ആ മധുര സ്മരണകളെ പുനരാനയിക്കാൻ മിർ ഗ്രൂപ്പിന്റെ എം.ഡി.യും മഹാനായ എ.കെ.ജി യുടെ കുടുംബാംഗവുമായ ശ്രീ അരുൺ കുമാർ ആവിഷ്കരിച്ച ഒരാശയം. അതു പ്രകാശനം ചെയ്തു കൊണ്ട് എന്റെ നോവലിൽ ഉപയോഗിച്ചിട്ടുള്ള എന്റെ പഴയ കാലത്തെ ഏതാനും കത്തുകൾ

ഞാൻ വായിച്ചു. ഭാര്യ സൂക്ഷിച്ചു വച്ചിരുന്ന എന്റെ കത്തുകളിൽ നിന്ന് നാല്പത്തിരണ്ടെണ്ണം അതേ പോലെ നോവലിലേക്ക് പകർത്തിയെഴുതുകയായിരുന്നുവെന്ന് കുമ്പസാരിച്ചു.

അവളോടുള്ള പ്രണയം കൊണ്ട് ദുർബലനും വൃദ്ധനുമായ പോസ്റ്റ്മാൻ ഞങ്ങളുടെ രാമചന്ദ്രൻ ചേട്ടൻ പോലും എനിക്ക് സുന്ദരനായി അനുഭവപ്പെട്ടിരുന്ന ആ വസന്തനിമിഷങ്ങളോർത്ത് എന്റെ വരണ്ട ആത്മാവ് ഒരിക്കൽക്കൂടി പൂത്തുലഞ്ഞു. ■

ഒരു സൗവർണ്ണ സന്ധ്യ

ഇന്ത്യൻ മണ്ണ് മുളപ്പിച്ച എക്കാലത്തേയും സുന്ദര ശബ്ദങ്ങളിൽ ഒന്ന് നമ്മുടെ കേരളത്തിൽ പിറന്നു വീണു കരഞ്ഞ ദിവസമാണിന്ന്. അദ്ദേഹം ജീവിച്ചിരിക്കുന്ന ഒരു സ്ഥലത്തിലും കാലത്തിലും ഒപ്പം ജീവിക്കാൻ ഭാഗ്യം സിദ്ധിച്ച കോടിക്കണക്കിന് മലയാളികളിൽ ഒരാളായതിൽ ഞാൻ അഭിമാനിക്കുന്നു. സഖാവ് എം. എ.ബേബി അഞ്ചു വർഷം മുമ്പ് എന്നെ അദ്ദേഹത്തിന് പരിചയപ്പെടുത്തിയ ധന്യനിമിഷം ഞാനോർക്കുന്നു. അന്തരിച്ച ജി.കാർത്തികേയനും അന്ന് ഒപ്പമുണ്ടായിരുന്നു. ഗാന്ധിജിയെ തൊടാൻ കഴിഞ്ഞ ബഷീർ, ഉമ്മയോട് 'ഉമ്മാ ഞാൻ കാന്തീനെ തൊട്ട്!' എന്നു പറഞ്ഞതുപോലെ അന്ന് ഞാൻ ദൈവത്തോട് ഉറക്കെ വിളിച്ചു പറഞ്ഞു: "ഞാൻ നിന്റെ ശ്രേഷ്ഠനായ ഒരു പുത്രനെ തൊട്ടു: എന്റെ ജ്യേഷ്ഠനെ!"

ഗന്ധർവ ഗായകന് പിറന്നാൾ ആശംസകൾ..... ■

യേ ദിൽ... യേ പാഗൽ ദിൽ!

ഇന്നലെ കോഴിക്കോട് സ്വപ്നനഗരിയിൽ പോയത് മൂന്നു ദിവസമായി തുടരുന്ന തലവേദനയും കൊണ്ടാണ്. എന്റെ കൗമാരത്തിനും യൗവനാരംഭത്തിനും ചൂട്ടുപിടിച്ച് മുന്നിൽ നടന്ന ആ ശബ്ദം സ്വന്തം ശരീരത്തിലേറി എന്റെ നഗരത്തിൽ വരുമ്പോൾ തലവേദന പറഞ്ഞ് മാറി നിൽക്കുന്നതെങ്ങനെ? മാത്രമല്ല, അലിയുടെ ഈ ഗസൽ രാവിന് മുമ്പില്ലാതിരുന്ന ഒരു രാഷ്ട്രീയ വിവക്ഷ കൂടിയുള്ളതിനാൽ കുടുംബസമേതംതന്നെ അവിടെ എത്തേണ്ടതുണ്ടെന്ന് എന്റെ ഹൃദയം, എന്റെ പ്രാന്തൻ ഹൃദയം മുറുമുറുക്കാനും തുടങ്ങിയിരുന്നു.

ജനാബ് ഗുലാം അലി സാഹിബിന്റെ ശബ്ദം നന്നേ ക്ഷീണിച്ചിരിക്കുന്നു. ആരോഹണാവരോഹണങ്ങളിൽ കഫക്കൂറുള്ള ശബ്ദത്തിൽ വാർദ്ധക്യം അദ്ദേഹത്തെ പേരു ചൊല്ലി വിളിക്കുന്നു. ഗതകാല പ്രൗഢിയിലേക്ക് എത്താനാകുന്നില്ലെന്ന് സ്വയം തിരിച്ചറിയുമ്പോഴൊക്കെയും അസ്വസ്ഥനായി അദ്ദേഹം മൈക്കിൽ സംശയത്തോടെ പിടിക്കുന്നു.

സാരമില്ല ഗുലാം അലീ, നഗരം ഒരൊറ്റ ആത്മാവായി അദ്ദേഹത്തോടു പറയുന്നു: ഞങ്ങൾ വന്നത് താങ്കളെ താങ്കളുടെ ശരീരത്തിൽ കാണുവാനാണ്. ഹിന്ദുവെന്നും മുസ്ലീമെന്നും പറഞ്ഞ് ഞങ്ങളെ വിഭജിക്കുവാൻ ശ്രമിക്കുന്ന വാമനന്മാരുടെ നിറുകയിൽ ചവിട്ടി നിന്ന് താങ്കളെ കാണുവാൻ!

രണ്ടു നിമിഷങ്ങൾ എന്നെ വ്യക്തിപരമായി സ്പർശിച്ചതു കൂടി എഴുതട്ടെ: എം.ടി.വാസുദേവൻ നായരിൽ നിന്ന് ദീപനാളം വാങ്ങി ഒരു സങ്കോചവും കൂടാതെ അദ്ദേഹം ഭദ്രദീപം തെളിയിച്ച നിമിഷം തന്നെയാണ് അതിൽ ആദ്യത്തേത്.

ആ നിമിഷത്തിൽ ആ ഭദ്രദീപം കൂടുതൽ ഭദ്രമായി. ആ സർഗധനൻ വെളിച്ചം പകർന്നപ്പോൾ, വെള്ളോട്ടിൽ നിർമ്മിച്ച ആളുയരത്തിലുള്ള വെറുമൊരു ദീപം തൽക്ഷണം പൂജാവസ്തുവായി. അത് ദൈവസവിധത്തിലേക്ക് വെളിച്ചപ്പെട്ടു.

സവിശേഷമെന്നു ഞാൻ പറഞ്ഞതിൽ രണ്ടാമത്തേതാണ് പക്ഷേ എന്നെ കൂടുതൽ സ്പർശിച്ചത്: ഗുലാം അലിയും മകൻ ആമിർ ഗുലാം അലിയും ചേർന്ന് ചുപ് കേ ചുപ് കേ തുടങ്ങിയപ്പോൾ, സ്പീക്കറുകളിൽ തന്റെ ശബ്ദം ഇല്ലെന്ന് തെറ്റിദ്ധരിച്ച് അദ്ദേഹം മൈക്കിൽ തട്ടി നോക്കി ആറോ ഏഴോ വട്ടം! തന്റെ ആത്മാവിന്റെ തുടർച്ച തന്റെ യൗവനകാലത്തെ ശബ്ദത്തെ പുനഃസൃഷ്ടിച്ച് ഒപ്പം കൂടിയപ്പോൾ അലിക്കുണ്ടായ ആ താൻമോൻ വിഭ്രമം എന്നെ സ്പർശിച്ചു.

“ഇല്ല ഗുലാം അലീ, താങ്കളുടെ ഉച്ചഭാഷിണി കെട്ടു പോയിട്ടില്ല,” ഞാൻ മനസ്സുകൊണ്ട് അദ്ദേഹത്തിന് ടെലിപ്പതി അയച്ചു: “ആ ശരീരം തന്നെ ഇല്ലാതായാലും അങ്ങയുടെ അമോഘസ്വരം ഞങ്ങൾ കേവല മനുഷ്യരുടേയും ഞങ്ങളുടെ സന്തതിപരമ്പരകളുടേയും ആത്മാവിനെ യുഗങ്ങളോളം പുളകം കൊള്ളിച്ചുകൊണ്ടേയിരിക്കും.”

ആ ടെലിപ്പതി തൊട്ടറിഞ്ഞ് അന്നേരം ഭാര്യ എന്റെ കൈവിരലുകളിൽ മുറുകെ പിടിച്ചു

പ്രിയപ്പെട്ട ഗുലാം അലീ!

അങ്ങയെ ഇവിടെ പാടിക്കില്ലെന്ന ശിവസേനക്കാരുടെ പിടിവാശി കണ്ട് ദൈവം പൊട്ടിച്ചിരിക്കുന്നു. മഹാനായ ഒരു ഗായകനെ പാടിക്കുന്നതും പാടിക്കാതിരിക്കുന്നതും ഞാനോ ഭൂമിയിലെ ഏതെങ്കിലും സംഘബലമോ എന്ന്! പ്രിയങ്കരനായ ഗായകാ, അതിർത്തികളും ഭാഷകളുമില്ലാത്ത മഹത്തായ മനുഷ്യപ്രാണനെക്കുറിച്ച് ഞങ്ങൾക്ക് ബോധ്യമുറച്ചത് അങ്ങയുടെ ഗാനങ്ങൾ കേൾക്കാൻ കഴിഞ്ഞതുകൊണ്ടുകൂടിയാണ്. മഹത്തായതെന്ന് ഞങ്ങൾ വീണ്ടും വീണ്ടും പറഞ്ഞുകൊണ്ടിരിക്കുന്ന ഭാരതസംസ്കാരത്തെപ്പോലെതന്നെ അങ്ങയുടെ ഉന്നതമായ സംഗീത

പ്രതിഭയും ഒരു മനുഷ്യനായി ജീവിക്കാൻ ഞങ്ങളെ പ്രചോദിപ്പിച്ചിട്ടുണ്ട്. ഗായത്രീമന്ത്രം കേൾക്കുന്നതിനൊപ്പമോ ചിലപ്പോൾ അതിനും മുകളിലോ അങ്ങയുടെ ആയിരം മധുരഗാനങ്ങൾ ഞങ്ങളുടെ ആത്മാക്കളെ പുളകം കൊള്ളിച്ചിട്ടുണ്ട്.

ഓ, പ്രിയങ്കരനായ ഗായകാ, മഹാനായ മറ്റൊരു ഗസൽഗായകന്, അങ്ങയുടെ നാട്ടുകാരന്, മെഹ്ദി ഹസ്സന് ഭൂമിവിട്ടു പോയപ്പോൾ ഞാൻ എഴുതിയ ഒരു വാചകം അങ്ങ് ജീവിച്ചിരിക്കേ അങ്ങയെ അറിയിക്കാൻ ഞാനിപ്പോൾ ആഗ്രഹിക്കുന്നു. താങ്കൾ മരിച്ചാൽ പുലയുള്ളവരാണ് ഞങ്ങൾ.

ഇന്ത്യയിൽ വന്ന് ഞങ്ങളെ ആ മധുരശബ്ദം നേരിട്ടുതന്ന് അനുഗ്രഹിക്കുന്നതിൽനിന്ന് അങ്ങയെ തടയാൻ ഒരു കൂട്ടർ ശ്രമിച്ചു വിജയിച്ചിരിക്കാം. അവർ ജേതാക്കളെപ്പോലെ അട്ടഹസിക്കുന്നുമുണ്ടാകാം. എന്നാൽ താങ്കൾ ജീവിക്കുന്ന കാലഘട്ടത്തിൽ മറ്റൊരിടത്ത് മറ്റൊരു ഭാഷയിൽ മറ്റൊരു മാധ്യമത്തിൽ പ്രവർത്തിക്കുന്ന ഒരു കലാകാരനെന്ന നിലയിൽ ഞാൻ മുഴുവൻ ഇന്ത്യക്കാർക്കും വേണ്ടി അങ്ങയോട് മാപ്പ് ചോദിക്കുന്നു. ഈ സംഭവം എന്റെ ആത്മാവിലുണ്ടാക്കിയ മുറിവിനെക്കുറിച്ച് ഇപ്പോൾ എന്റെ ഹൃദയം അങ്ങയുടെ ആ അമോഘശബ്ദത്തിൽ ഇങ്ങനെ പാടുന്നു

ഹംനേ ഹസരത്തോം കേ ദാഗ് ആംസുവോ സേ ധോലിയേ

ആപ്കീ ഖുശീ ഹുസൂർ ബോലിയേ ന ബോലിയേ...

(എന്റെ വേദനയുടെ വടുക്കൾ ഞാൻ
കണ്ണീരുകൊണ്ടു കഴുകിക്കളയുന്നു

അങ്ങ് സന്തോഷത്തോടെയിരിക്കൂ
എന്നോട് പറഞ്ഞാലും പറയാതിരുന്നാലും...)

■

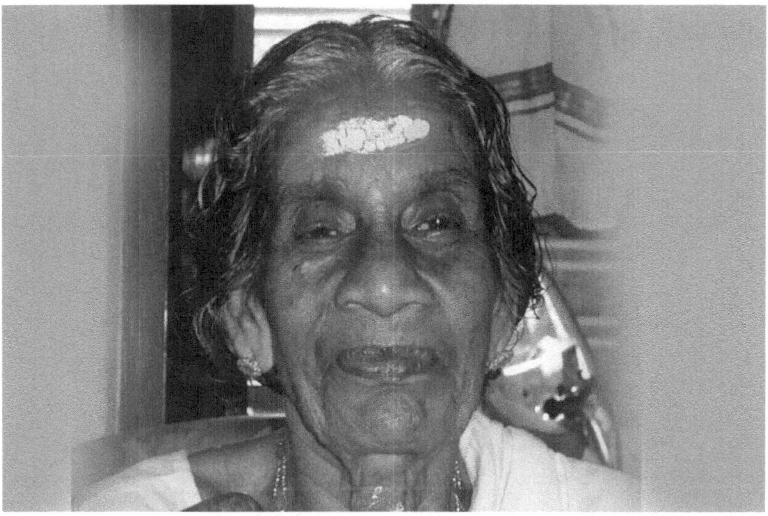

പേറ്റുനോവിനേക്കാൾ മുന്തിയ പിറപ്പു നൊമ്പരം!

പ്രിയരേ,

ഇന്ന് മകരത്തിലെ മകീര്യം. വിദുഷിയല്ലാത്ത ഒരമ്മ പ്രാസമൊപ്പിച്ച് എന്നെ പ്രസവിച്ച ദിവസം.

നാലാമത്തെ കുട്ടിയെ പെറ്റു കഴിഞ്ഞപ്പോൾ പ്രസവം നിർത്താനുള്ള ഓപ്പറേഷന് അച്ഛൻ ഒപ്പിട്ടു കൊടുത്തുവത്രെ. അപ്പോൾ അമ്മയുടെ മൂത്ത ചേച്ചി എന്റെ വല്യമ്മ ആ കടലാസ് നിർബന്ധമായി തിരികെ വാങ്ങിച്ച് കീറിക്കളഞ്ഞു!.

“നീ ഒരെണ്ണത്തിനെക്കൂടി പെറണം. നോക്കിക്കോ, അതൊരാൺ കൊച്ചായിരിക്കും!”, വല്യമ്മ പറഞ്ഞു.

അങ്ങനെ അഞ്ചാമനായി ഞാൻ വന്നു.

വല്യമ്മ ഭൂമിയിലില്ലാത്ത ആദ്യത്തെ പിറന്നാളാണ് ഇന്ന്. അതുകൊണ്ട് ഈ പിറപ്പു നൊമ്പരം ഞാൻ വല്യമ്മയ്ക്ക് സമർപ്പിക്കുന്നു. ■

അമ്മയെ ആട്ടുന്ന കൂട്ടത്തിൽ

തന്തയില്ലായ്മത്തരം എന്നത് നമ്മുടെ ഭാഷയിൽ ഒരു ശകാര വാക്കാണ്. ബാസ്റ്റാർഡ് എന്ന ഇംഗ്ലീഷ് വാക്കിന്റെ ഒരേകദേശ വിവർത്തനം. എന്നാൽ സംബന്ധം എന്ന പേരിലുള്ള ഒരസംബന്ധം ഏറെക്കാലം നിലനിന്ന നമ്മുടെ സാമൂഹ്യ ചരിത്രത്തിൽ ആ ശകാരപദത്തിന് അത്രയൊന്നും ശക്തിയില്ലെന്ന് വേണമെങ്കിൽ വാദിക്കാം. അതുകൊണ്ട് പകരം കുറച്ചു കൂടി ശക്തിയുള്ള ഒരു പദം ആവിർഭവിക്കാൻ കാലമായിരിക്കുന്നു.

ഇന്നലെ ദയാബായ് എന്ന ലോകപ്രശസ്തയായ സാമൂഹ്യപ്രവർത്തകയെ എന്റെ ജന്മനാടു കൂടിയായ ആലുവയിൽ വച്ച് ഭിക്ഷക്കാരിയാണെന്ന് തെറ്റിദ്ധരിച്ച് ബസ്സിൽ നിന്നിറക്കി വിട്ട ആ കണ്ടക്ടറേയും ഡ്രൈവറേയും ഇങ്ങനെ വിളിച്ചു കൊണ്ട് ഞാൻ ആ ശകാരപദം ഔപചാരികമായി ഉദ്ഘാടനം ചെയ്യുന്നു:

തള്ളയില്ലാത്തോന്മാർ!

മാർഗി സതി...

മാർഗി സതി എന്ന വലിയ കലാകാരിയുടെ മുഖം ഇന്ന് പത്രങ്ങളുടെ ഒന്നാം പേജിൽ വന്നു. നിർഭാഗ്യവശാൽ അതൊരു ചരമവാർത്തയായിരുന്നു.

എന്നും ഒന്നാം പേജിൽ നാം ഒട്ടേറെ സ്ത്രീകളെ കാണാറുണ്ട്. പേരുകൾ എഴുതുന്നില്ല. എന്നാൽ അവർ ആരൊക്കെയെന്ന് നിങ്ങൾക്കറിയും. ആ ഹരം കൊണ്ട അപഥസഞ്ചാരിണികളെ. ഞാനവരെ കുറ്റപ്പെടുത്തുകയില്ല. കാലത്തിന്റെ അശ്ലീലമായ ആഹ്വാനങ്ങൾക്കു മുന്നിൽ പതറിപ്പോയ നമ്മുടെ കുറേ സഹോദരിമാർ തന്നെ അവരും.

എന്നാൽ കലയുടേയും സർഗാത്മകതയുടേയും ഉജ്ജ്വല മുദ്രകൾ തീർത്ത, ഇപ്പോഴും തീർത്തുകൊണ്ടിരിക്കുന്ന, വലിയ സ്ത്രീജന്മങ്ങൾ ഭാഗ്യവശാൽ ഇപ്പോഴും നമുക്കിടയിൽ ഉണ്ട്. ഈ ഭൂഗോളത്തിൽ, ഏറ്റവും നന്നായി ഷട്ടിൽ ബാഡ്മിന്റൺ കളിക്കുന്ന പെൺകുട്ടി ഒരിന്ത്യാക്കാരിയാണെന്നും മനുഷ്യരാശിയിൽ ഏറ്റവും മികവിൽ നിൽക്കുന്ന ഡബിൾസ് ടെന്നീസ് ജോടികളിൽ ഒരാൾ മറ്റൊരു ഭാരതസ്ത്രീയാണെന്നും നമ്മൾ എത്രമേൽ അഭിമാനത്തോടെ ഓർക്കുന്നുണ്ട്? സാനിയയും സൈനയും നമ്മുടെ എത്ര പത്രങ്ങളിൽ അവരുടെ വിജയനിമിഷങ്ങളിൽ അവർ അർഹിക്കുന്ന പ്രാധാന്യത്തോടെ വന്നു?

അതുകൊണ്ട് മഹതിയായ മാർഗി സതിയോട് മാപ്പ്.

കാലത്തിനു വെളിച്ചമായി നിന്ന താങ്കളെപ്പോലുള്ള സ്ത്രീരത്നങ്ങളെക്കുറിച്ച് ലോകത്തിന് വിശദമായ അറിവു പകരാൻ മരണം തന്നെ വരണമെന്ന് ഈ കെട്ട കാലം ശഠിക്കുന്നു. അതുകൊണ്ട് മറ്റൊരു മഹാവനിതയുടെ മരണമെത്തുന്ന നേരംവരെ നമുക്ക് ഈ വ്യാപാര വ്യഭിചാരകഥകളിലെ നായികമാരെത്തന്നെ വാ പൊളിച്ച് നോക്കിയിരിക്കാം.

“ഞാൻ ദുഃഖിക്കുന്നു.”

■

വിവേകം എന്ന വാക്ക്

ഞാൻ കോൺഗ്രസ്സുകാരനല്ല. ഉമ്മൻചാണ്ടിയുടെ ആരാധകൻ അല്ലേയല്ല. കേരളത്തിന്റെ ധാർമികാധഃപതനത്തിന് ചുക്കാൻ പിടിക്കുന്ന നൂറു കണക്കിന് രാഷ്ട്രീയ നേതാക്കളിൽ അദ്ദേഹവും ഉൾപ്പെടുന്നുണ്ട് എന്നു തന്നെയാണ് എന്റെ വിശ്വാസം.

എന്നാൽ ഇന്ന് അദ്ദേഹത്തിന്റെ പേര് പത്ര ദൃശ്യമാധ്യമങ്ങളിൽ ഒരു പ്രത്യേക വാർത്തയുമായി ബന്ധപ്പെട്ട് മുഴങ്ങുന്നതിൽ ഞാൻ വ്യസനിക്കുന്നു. സ്വന്തം ഭാര്യയെ വിഷം കൊടുത്തു കൊന്ന ഒരു അധമൻ, താൻ ആരെ സ്വന്തമാക്കാനാണോ ആ നീചവൃത്തി ചെയ്തത്, അവളുമായി പല രാഷ്ട്രീയ നേതാക്കളും രമിക്കുന്ന ദൃശ്യങ്ങൾ തന്റെ കൈവശമുണ്ടെന്ന് വിളിച്ചു പറയുന്നു, അക്കൂട്ടത്തിൽ വന്ദ്യവയോധിക പദവിയോടടുത്ത മുഖ്യമന്ത്രിയും ഉണ്ടെന്ന്

കൂട്ടിച്ചേർക്കുന്നു. അതു കേട്ടപാതി കേൾക്കാത്ത പാതി വന്ദ്യവയോധിക പദവിയിൽ എത്രയോ കാലമായി പ്രതിഷ്ഠിതനായ പ്രതിപക്ഷ നേതാവിന്റെ കീഴിൽ ബഹളം തുടങ്ങുന്നു, നമ്മുടെ പുത്രകളത്രാദികളൊക്കെ ഇതിന്മേലുള്ള ഘോരചർച്ചകൾ കാണേണ്ടി വരുന്നു.

ഒരേയൊരു വാക്ക്
പ്രതിപക്ഷത്തോട്...

നമ്മുടെ ജനാധിപത്യ മൂല്യങ്ങളെ കാക്കാൻ നിങ്ങൾക്കും ചുമതലയുണ്ട്. ജനം അധികാരത്തിലേറ്റിയ ഒരാളെ മാനിക്കാൻ നിങ്ങൾക്കും ധാർമിക ബാധ്യതയുണ്ട്. അതുകൊണ്ട് ഉറക്കെ പറയൂ, ഉമ്മൻചാണ്ടിക്കെതിരെ ലൈംഗിക ആരോപണം ഉന്നയിക്കുന്ന അധമന്മാരുടെ പിന്തുണ ഇടതുപക്ഷത്തിനു വേണ്ടെന്ന്. ഇത്തരം നാറിയ ആരോപണങ്ങളെ രാഷ്ട്രീയനേട്ടത്തിനായി ഞങ്ങൾ ഉപയോഗിക്കുന്നില്ലെന്ന് മാധ്യമങ്ങളോട് അന്തസ്സായി പറയൂ. ഞങ്ങൾ പാവം പൊതുജനത്തിന് ഭരണപക്ഷത്തു പ്രതീക്ഷിക്കാനാവാത്ത മഹത്ത്വത്തിന്റെ ഒരുജ്ജ്വലനിമിഷം പ്രതിപക്ഷത്തുനിന്ന് പ്രകാശിപ്പിക്കൂ!

■

പി.സി. വിഷ്ണുനാഥിന് സ്നേഹത്തോടെ

ഇന്നലത്തെ എന്റെ പോസ്റ്റ് വൈകിട്ട് ഒരു ചാനലിൽ കോൺഗ്രസ്സിന്റെ യുവ നേതാവ് പി.സി.വിഷ്ണുനാഥ് ശ്രീ ഉമ്മൻ ചാണ്ടിക്കുള്ള ഒരു പരിചപോലെ ഉപയോഗിച്ചു എന്ന് ചില സുഹൃത്തുക്കൾ വിളിച്ചറിയിച്ചിരിക്കുന്നു. നമ്മുടെ മുഖ്യമന്ത്രി ഉമ്മൻചാണ്ടിയെക്കുറിച്ച് എനിക്ക് യാതൊരു മതിപ്പോ മമതയോ ഇല്ല എന്ന ആശയത്തോടെ തുടങ്ങുന്ന ആ ചെറുകുറിപ്പിനെ അനുകൂലിച്ചും വിമർശിച്ചും പ്രതികരിച്ച എല്ലാ സുഹൃത്തുക്കൾക്കും നന്ദി പറയുന്നതിനോടൊപ്പം ഒരു കാര്യം ശ്രീ വിഷ്ണുനാഥിനെ അറിയിക്കാൻ ഞാൻ ആഗ്രഹിക്കുന്നു. കോൺഗ്രസ്സുകാരുടെ കൂട്ടത്തിൽ താരതമ്യേന വിവേകമതിയായ ഒരാൾ എന്ന നിലയ്ക്ക് താങ്കൾ ഇത് പരിഗണിക്കുമെന്നാണ് എന്റെ പ്രത്യാശ. മനുഷ്യ അന്തസ്സിനെക്കുറിച്ചുള്ള ഒരു ബോധ്യത്തിന്റെ ഭാഗമായാണ് ഞാൻ ആ കുറിപ്പ് ഇട്ടത്. ഉമ്മൻ ചാണ്ടിക്കും ഇപ്പോഴത്തെ സർക്കാരിനും എതിരെ ഉണ്ടാകുന്ന നൂറു കണക്കിന് ആരോപണങ്ങളിൽ പലതും

സത്യമായിരിക്കുമെന്നു തന്നെയാണ് എന്റെ മനഃസാക്ഷി എന്നോട് പറയുന്നത്. താങ്കളുടെ മനഃസാക്ഷിയും അതിൽ നിന്ന് അത്രയൊന്നും വേറിട്ടതാകാൻ വഴിയില്ല എന്നാണ് ഞാൻ വിശ്വസിക്കുന്നത്. ഞാൻ എഴുതിയത് അദ്ദേഹം ഒരുത്തിയുമായി രമിച്ചു എന്ന ആരോപണത്തെ കുറിച്ച് മാത്രമാണ്. ധാർമികതയുടെ പേരിൽ രാജിവച്ചൊഴിയാൻ നൂറു ശതമാനം തീർപ്പുള്ള മറ്റ് നൂറു കാര്യങ്ങൾ ഇരിക്കേ ഒരു കൊലപ്പുള്ളിയുടേയും തട്ടിപ്പുകാരന്റേയും ജല്പനം -അതും സ്വന്തം ഭാര്യയെ ചേർത്തുള്ളത് - വേദവാക്യമായി പ്രതിപക്ഷം എടുക്കരുതെന്നു മാത്രമാണ്. എന്റെ വാക്കുകൾക്ക് താങ്കൾ എന്തെങ്കിലും വില കല്പിക്കുന്നുണ്ടെങ്കിൽ ശ്രീ ഉമ്മൻ ചാണ്ടിയോട് ഞാൻ ഇഷ്ടപ്പെടുന്ന താങ്കളുടെ ആ മധുരോദാരശൈലിയിൽ പറയൂ "ഇത്രമേൽ അഴിമതിയാരോപണങ്ങളിലേക്ക് കേരളത്തെ ചവിട്ടി മുക്കിയതിനുള്ള ഉത്തരവാദിത്വം സ്വയം ഏറ്റെടുത്ത് രാജിവച്ച് ജനവിധി തേടൂ" എന്ന്.

സ്നേഹത്തോടെ

സുഭാഷ് ചന്ദ്രൻ

■

ഡൽഹിയിൽ എന്റെ കുഞ്ഞ്

ഇന്ന് രാവിലെ ഡൽഹിയിൽ നിന്ന് എന്റെ രണ്ടാമത്തെ മകൾ വിളിച്ചു: "അച്ഛാ, ഞങ്ങളിന്ന് കേരളാ ഹൗസിൽ പോകും. മുഖ്യമന്ത്രി ഉമ്മൻചാണ്ടി ഇവിടെയുണ്ട്. അദ്ദേഹവുമായി ഇന്ററാക്ഷൻസ് നടത്തും."

ഇന്ത്യൻ ഇൻസ്റ്റിറ്റ്യൂട്ട് ഓഫ് മാസ് കമ്മ്യൂണിക്കേഷനിൽ കേരളത്തിൽ നിന്ന് തെരഞ്ഞെടുക്കപ്പെട്ട നാൽപ്പതോളം ഹയർ സെക്കണ്ടറി കുട്ടികൾക്കായി നടക്കുന്ന ഒരു ശില്പശാലയിൽ പങ്കെടുക്കുകയാണ് മകൾ. എല്ലാ ദിവസവും രാവിലെ ഈ വിളി എത്തുംവരെ അസ്വസ്ഥനായി നടക്കുന്ന ഞാൻ ഇന്ന് പക്ഷേ വിളി വന്നപ്പോഴാണ് കൂടുതൽ അസ്വസ്ഥനായത്. മാധ്യമപ്രവർത്തകയാകാൻ കൊതിക്കുന്ന എന്റെ കുഞ്ഞടക്കമുള്ള ഈ കുമാരീകുമാരന്മാർ കേരളാ ഹൗസിൽ അരങ്ങേറുന്ന മുഖാമുഖത്തിൽ കേരളത്തിന്റെ മുഖ്യമന്ത്രിയോട് എന്തെല്ലാം ചോദിക്കും?

തീർച്ചയായും അഴിമതിയും വ്യഭിചാരക്കഥകളും അവർ ചോദിക്കുമായിരിക്കും. തങ്ങൾ അത്ര കുഞ്ഞുങ്ങളല്ലെന്ന് കുഞ്ഞൂഞ്ഞ് എന്ന് വിളിപ്പേരുള്ള അദ്ദേഹത്തെ ബോധ്യപ്പെടുത്താൻ അവർ ശ്രമിക്കുമായിരിക്കും.

എന്നാൽ ഇപ്പോൾ ഇങ്ങനെയൊരു അഭിമുഖത്തിനെക്കുറിച്ച് പൂർവധാരണ ഇല്ലാതെ പോയതിൽ ഞാൻ ഖേദിക്കുകയാണ്. അവളടക്കമുള്ള മലയാളിക്കുഞ്ഞുങ്ങൾ അവരുടെ വോട്ട് കിട്ടാതെ അധികാരത്തിലേറിയ (അവരെല്ലാം വോട്ടു പ്രായമെത്താത്തവരാകയാൽ) ഭരണത്തലവനോട് ചോദിക്കേണ്ടുന്ന പ്രധാന ചോദ്യങ്ങളെക്കുറിച്ച് ഞാനിപ്പോൾ വിചാരിക്കുകയാണ്. അവ ഇത്രയും കാലം അവളോട് പറയാൻ എനിക്ക് സമയവും സൗകര്യവും കിട്ടിയില്ലല്ലോ എന്ന ഖേദമാണ് എനിക്ക്.

അവ ഇതായിരുന്നു:

1. ഞങ്ങൾ കുട്ടികളുടെ ജീവിതത്തിൽ അഴിമതിയെന്നും അശ്ലീലമെന്നുമുള്ള വാക്കുകൾപ്പുറത്ത് വെളിച്ചമുള്ള വാക്കുകൾ കാണാനും ഉൾക്കൊള്ളാനുമായി കഴിഞ്ഞ അഞ്ചു വർഷങ്ങളിൽ അങ്ങ് എന്തൊക്കെ ചെയ്തു?
2. പണവും ആഡംബരവുമല്ല മനുഷ്യജീവിതത്തിന്റെ കാതൽ എന്ന് വളർന്നു വരുന്ന ഞങ്ങളെ പഠിപ്പിക്കാൻ ഞങ്ങളുടെ ദേശത്തിന്റെ നാഥൻ എന്ന നിലയ്ക്ക് അങ്ങ് എന്തൊക്കെ ചെയ്തു?
3. രാഷ്ട്രീയ ജീവിതത്തിന്റെ മാലിന്യങ്ങൾ പതിറ്റാണ്ടുകളായി നേരിട്ട് അനുഭവിക്കുന്ന ഒരാൾ എന്ന നിലയ്ക്ക് സ്വന്തം മക്കളെ അതിൽ നിന്ന് പരമാവധി അകറ്റി നിർത്താൻ അങ്ങ് എന്തെല്ലാം ചെയ്തു?
4. ഞങ്ങളുടെ മാതൃകാപുരുഷൻ ഞങ്ങളുടെ മുഖ്യമന്ത്രിയായിരിക്കണമെന്ന് ഒരു സംസ്ഥാനത്തെ കുട്ടികൾ വിചാരിക്കുന്നതിൽ അശ്ലീലമുണ്ടോ? ഉണ്ടെങ്കിൽ അതിൽ അങ്ങ് വഹിച്ച പങ്കെന്താണ്?
5. സ്ത്രീ പുരുഷ ബന്ധത്തെ സംബന്ധിച്ചുള്ള കാര്യങ്ങളിൽ മാത്രം പരിമിതപ്പെടുന്നതല്ല അശ്ലീലമെന്ന് എന്റെ അച്ഛൻ എനിക്കു പറഞ്ഞു തന്നിട്ടുണ്ട്. രാത്രി എതിരെ വരുന്ന വാഹനത്തിന് വെളിച്ചം ഡിം ചെയ്യാത്തതും മുതിർന്നവരോ ഗർഭിണികളോ നിൽക്കുമ്പോൾ സീറ്റിൽ അതു ഗൗനിക്കാതെ ഇരിക്കുന്നതും പണക്കാരനെ അവന്റെ പണത്തിന്റെ പേരിൽ മാത്രം ബഹുമാനിക്കുന്നതും വിവേകമുള്ളവന്റെ വാക്കിന് ചെവി കൊടുക്കാതിരിക്കുന്നതുമൊക്കെയാണ് കുറച്ചു കൂടി മുന്തിയ അശ്ലീലം എന്നും ഞാൻ അങ്ങനെയാണ് മനസ്സിലാക്കിയത്.

എന്റെ അച്ഛനേയും ഭരിക്കാൻ അവകാശമുള്ള അങ്ങ് ഇത് മനസ്സിലാക്കിയിട്ടുണ്ടോ? എങ്കിൽ നമ്മുടെ സ്കൂളുകളിൽ ഇത് ഗുരുക്കന്മാരാൽ പഠിപ്പിക്കപ്പെടുന്നുണ്ടെന്ന് ഉറപ്പു വരുത്തിയിട്ടുണ്ടോ?

6. വികസനം എന്ന വാക്ക് അങ്ങേക്ക് പ്രിയപ്പെട്ടതാണല്ലോ. മൂന്നരക്കോടിയോളം മനുഷ്യരെ ഭരിക്കാൻ അങ്ങ് സദാ സന്നദ്ധനുമാണല്ലോ. മനുഷ്യഅന്തസ്സിന്റെ വികസനത്തിനു വേണ്ടി അങ്ങ് ഈ ദിവസം വരെ എന്തൊക്കെ ചെയ്തു?

7. ഏറ്റവും ഒടുവിലായി സർ, കേരളമെന്നു കേൾക്കുമ്പോൾ ഞങ്ങൾ പുതുതലമുറയുടെ ഞരമ്പുകളിൽ ഒരു തുള്ളി ചോര പോലും തിളയ്ക്കാതെ പോകുന്നതിൽ കേരളീയരുടെ തലവൻ എന്ന നിലയിൽ അങ്ങയുടെ പ്രതികരണമെന്താണ്?

8. മലയാളക്കരയുടെ പിതാവെന്ന് വിളിക്കാൻ നിശ്ചയമായും അർഹനായ ശ്രീ നാരായണ ഗുരുവിന്റെ ഒരു ജാതി ഒരു മതം ഒരു ദൈവം മനുഷ്യന് എന്ന മുദ്രാവാക്യത്തെ സംസ്ഥാനത്തിന്റെ ഔദ്യോഗിക മുദ്രാവാക്യമായി പ്രഖ്യാപിക്കാൻ ഞങ്ങളാവശ്യപ്പെട്ടാൽ അങ്ങ് അത് ചെവികൊള്ളുമോ?

■

അങ്കമാലിയിലെ സുഹൃത്ത്

എന്നെ അതിയായി സ്നേഹിച്ചിരുന്ന ഒരു യുവാവുണ്ടായിരുന്നു അങ്കമാലിയിൽ. ഒരിക്കലും നേരിൽ കണ്ടിട്ടില്ല, ഫോൺ വിളിച്ചിട്ടില്ല, കത്തെഴുതിയിട്ടില്ല. രാജേഷ് കുമാർ എന്നായിരുന്നു അവന്റെ പേർ. ഒട്ടേറെ കൂട്ടുകാരുള്ള ഒരു ചെറുപ്പക്കാരൻ. അവനെ ഒരിക്കൽ ഒരു മാരകരോഗം ആക്രമിച്ചു കീഴ്പ്പെടുത്തി. മരണക്കിടക്കയിൽ കിടക്കുമ്പോൾ തന്നെ കാണാൻ വന്ന ആത്മമിത്രങ്ങളോട് തലയിണക്കീഴിലെ മനുഷ്യന് ഒരാമുഖം എടുത്തുകാണിച്ചു. ഇതെഴുതിയ മനുഷ്യനോട് എന്നെങ്കിലും തന്റെ സ്നേഹം അറിയിക്കണമെന്ന് അറിയിച്ചു. അവരിൽ ചിലർ അതിനു മുതിരുംമുമ്പ് അവൻ ഈ ഭൂമി വിട്ടുപോയി. അവന്റെ ആദ്യത്തെ ചരമവാർഷികത്തിന് ആ ചങ്ങാതിമാർ സംവിധായകൻ കമലിനെക്കൊണ്ട് എന്നെ ആദരിക്കുന്ന ഒരു ചടങ്ങ് സംഘടിപ്പിച്ചു. അങ്ങനെയൊരാൾ എന്നെ സ്നേഹിച്ചുകൊണ്ട് ഈ ഭൂമിയിൽ ഉണ്ടായിരുന്ന കാര്യം അപ്പോൾ മാത്രമാണ് ഞാൻ അറിയുന്നത്.

എന്റെ ചങ്ങാതീ, ഞാനും നീയും ഒപ്പം ഭൂമിയിലുള്ള കാലത്തുതന്നെ ആ സ്നേഹം എന്നെ അറിയിക്കാൻ ഭയപ്പെട്ടതെന്തിന്? വിശേഷിച്ചും ഞാൻ അതിനായി കാത്തിരിക്കേ? ■

കൺമണി നീയെൻ കരം പിടിച്ചാൽ...

ആണുങ്ങൾ കരയുന്നത് നന്നല്ലെന്ന് പൊതുവിൽ ഒരു അന്ധവിശ്വാസം നിലവിലുണ്ട്. ഒരു കാലത്ത് ഞാനും അത് വിശ്വസിച്ചിരുന്നു ബൈബിൾ വായിക്കുംവരെ. എന്നാൽ ഹൃദയത്തിൽ ജീവിതം തൊടുന്ന നേരത്തെല്ലാം ലോകത്തെ ഏറ്റവും മഹാനായ മനുഷ്യൻ നന്നായി കരഞ്ഞിരുന്നു എന്നു ബൈബിൾ എനിക്കു പറഞ്ഞു തന്നു.

ഗായകൻ എ.എം. രാജ

ഇക്കാര്യം ഇപ്പോൾ ഓർത്തതെന്തെന്നോ?

കഴിഞ്ഞ മാസം നാട്ടിൽ പോയപ്പോൾ ചേച്ചിയുടെ വീടിന്റെ അടുക്കളയിൽ നിന്ന് അൻപത്തഞ്ചുകാരിയായ അവളുടെ ശബ്ദത്തിൽ ആ പഴയ പാട്ട് ഒരിക്കൽ കൂടി കേട്ടു: കണ്മണി നീയെൻ കരം പിടിച്ചാൽ എന്ന അനശ്വര ഗാനം.

കുട്ടിക്കാലത്തെക്കുറിച്ചുള്ള എന്റെ ആദ്യ ഓർമ്മകളിൽ ഈ ഗാനവുമുണ്ട്. പത്തുവയസ്സിനു ഇളപ്പമുള്ള കുഞ്ഞനുജനെ തൊട്ടിലിൽ കിടത്തി പാവാടക്കാരിയായ വല്ല്യേച്ചി പാടുന്നു...

അതിൽ അന്ധനായ പ്രിയതമനോട് പ്രിയതരമായ സ്വരത്തിൽ നായിക ചോദിക്കുന്നു: "എന്റെ കുപ്പിവളയുടെ കിലുക്കം കേൾക്കുമ്പോൾ നിന്റെ ഉൾക്കണ്ണിൽ തെളിയുന്ന ദൃശ്യം ഏതാണ്?"

അവൻ രോമാഞ്ചത്തോടെ പറയുന്നു: "വാർമഴവില്ലിന്റെ വളകൾ അണിഞ്ഞ വസന്തത്തെ ഞാൻ കാണുന്നു."

"എന്റെ കളിചിരികളുടെ ശബ്ദം കേൾക്കുമ്പോൾ?", അവൾ പിന്നേയും ചോദിക്കുന്നു.

"സുന്ദരരാവിൽ നൃത്തം ചെയ്യുന്ന ചന്ദ്രിക എന്തെന്നറിയുന്നു!", അവൻ പറയുന്നു.

എന്റെ വല്ല്യേച്ചി, ഭർത്താവിനാൽ പരിത്യക്തയായ സ്ത്രീ, ഈ മധ്യവയസ്സിൽ അത് പാടുമ്പോൾ അതിനു തൊട്ടിൽക്കാലത്ത് കേട്ടതിനേക്കാൾ മുഴക്കം. കുട്ടിക്കാലത്തിനു സാധ്യമല്ലാത്തൊരു കണ്ണീർത്തെളിച്ചം.

അവൾ കാണാതെ അവളുടെ നാൽപ്പത്തഞ്ചുകാരൻ അനിയന്റെ കണ്ണുനിറയുമ്പോൾ അതിൽ ഒരു ദൈവസ്പർശം!

കണ്ണുകൾ അടച്ച് ഈ ഗാനം എന്റെ ശബ്ദത്തിൽ കേൾക്കൂ. (കണ്ണുകൾ അടച്ചുപിടിച്ചാണ് ഞാൻ ഇതു പാടിത്തീർത്തത് എന്നതിനാൽ)

പ്രിയരേ, നിങ്ങൾ ആണോ പെണ്ണോ രണ്ടും കലർന്നതോ ആയിക്കോട്ടെ, കഴിയുമെങ്കിൽ കരയാതെ കഴിക്കൂ...

■

തണുപ്പൻ മരണം

ഇന്നലെ രാത്രി പ്രദീപനെ കാണാൻ കോഴിക്കോട് മെഡിക്കൽ കോളേജിൽ പോയിരുന്നു. അത്യാഹിത വിഭാഗത്തിലെ ഉള്ളറകളിലൊന്നിൽ ആസന്നമൃത്യുവായി കിടന്നിരുന്ന എട്ടോ ഒമ്പതോ പടുവൃദ്ധർക്കിടയിലെ ഒരു കട്ടിലിൽ കട്ടി കുറഞ്ഞൊരു ആശുപത്രിത്തുണിയിൽ മൂടി കിടക്കുകയായിരുന്നു അദ്ദേഹം. മുഖത്തു നിന്ന് നഴ്സ് തുണി മാറ്റിയപ്പോൾ വിനയമധുരം നിറഞ്ഞ ആ പഴയ ചിരിയുടെ സ്ഥാനത്ത് വേദന നിലച്ചതിൽ ആശ്വാസം കൊള്ളുന്ന ഒരു ശാന്തത, നരച്ചു തുടങ്ങിയ താടിരോമങ്ങൾക്കുള്ളിൽ അടങ്ങി നിൽക്കുന്നത് കണ്ടു. പ്രദീപൻ, പൊടുന്നനെ പൊട്ടിമുളച്ച ആവേശത്തോടെ ഇനി നിന്നെ വാഴ്ത്താൻ ആളുകളെത്തും. നീ ദളിതനായിരുന്നെന്നും ബുദ്ധിമാനായിരുന്നെന്നും കവി തന്നെയായിരുന്നെന്നും അവർ പറയും. പ്രദീപൻ, നമ്മൾ സുഹൃത്തുക്കളായിരുന്നില്ല. അധികമൊന്നും പരസ്പരം സംസാരിച്ചിട്ടില്ല. ഒന്നിച്ചു പങ്കിട്ട ഒരവസരത്തെക്കുറിച്ചു പോലും ഓർക്കാനില്ല. എന്നിട്ടും

ഞാനവിടെ വന്നതെന്തിനെന്നോ? എന്നെത്തന്നെ കാണാൻ. മരണസർപ്പ ത്തിന്റെ അനിവാര്യമായ ദംശനമേറ്റ് നീലിച്ച, എക്കാലത്തേക്കുമായി നിലച്ച ആ ജൈവഘടികാരത്തിന് അഭിവാദ്യമർപ്പിക്കാൻ. സന്തോഷത്തോടെ യിരിക്കൂ പ്രദീപൻ. സമാധാനത്തോടെയിരിക്കൂ. എന്തെന്നാൽ ജാതിയും മതവും ആണും പെണ്ണും സമ്പത്തും ദാരിദ്ര്യവും പാണ്ഡിത്യവും പാമര ത്വവും സ്നേഹവും ശത്രുതയുമില്ലാത്ത ഒരിടത്തെത്താനുള്ള നമ്മുടെ ശ്രമങ്ങൾക്ക് നിലവിലെ സാഹചര്യങ്ങളിൽ ഇതേയുള്ളൂ പ്രതിവിധി: ഈ തണുപ്പൻ മരണം.

■

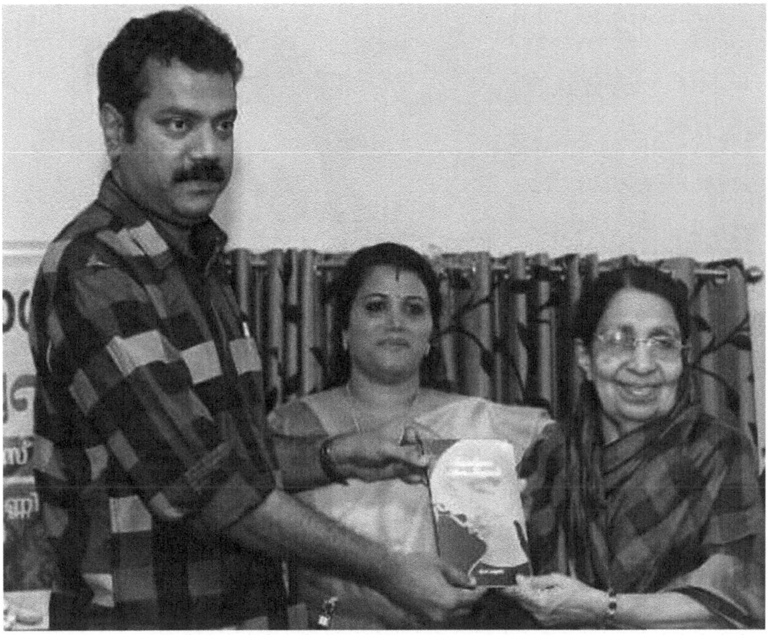

ചില ദിവസങ്ങളുടെ നിറം

എന്റെ തോന്നലാവാം: ചില ദിവസങ്ങളിൽ ഒരു പ്രത്യേക നിറം പരസ്പരം പറയാതെ, തമ്മിൽ അറിയാതെ, നമ്മൾ തിരഞ്ഞെടുക്കാറുണ്ടോ? ചിലപ്പോൾ തെരുവിൽ തിരക്കിട്ടു പായുന്ന പേരറിയാത്ത മനുഷ്യരിൽ ഭൂരിഭാഗവും ഒരേ നിറമുള്ള വസ്ത്രങ്ങൾ അണിഞ്ഞതായി തോന്നുന്നത് എനിക്കു മാത്രമാകുമോ? രാവിലെ പുറപ്പെടാനൊരുങ്ങുമ്പോൾ ഇന്ന് നീലയാകാം, അല്ലെങ്കിൽ വേണ്ട, ചന്ദന നിറമാകാം എന്ന് പരസ്പരം അറിയാത്ത രണ്ടു പേർ, നൂറു പേർ, ആയിരം പേർ ഒരുമിച്ചു ചിന്തിക്കുന്നുണ്ടാകുമോ? ഇതാ, 'എന്നു നിന്റെ മൊയ്തീൻ' എന്ന സിനിമയിലെ നായികയെ സൃഷ്ടിക്കാൻ പ്രചോദനമായ കാഞ്ചനമാല എന്ന ജ്യേഷ്ഠത്തി. ഞങ്ങൾ ആദ്യമായി കാണുകയായിരുന്നു. ഒരു പുസ്തക പ്രകാശനച്ചടങ്ങിൽ എന്റെ കൈയിൽ നിന്ന് പുസ്തകം സ്വീകരിക്കാനാണ് അവർ വന്നത്. ഞങ്ങളുടെ വസ്ത്രങ്ങളിലെ നിറങ്ങളും ചതുരക്കള്ളികളുടെ വലിപ്പവും നോക്കൂ. നമ്മൾ കാണാത്ത ഒരാൾ ഇതെല്ലാം നിശ്ചയിക്കുന്നുണ്ടാവുമോ? ■

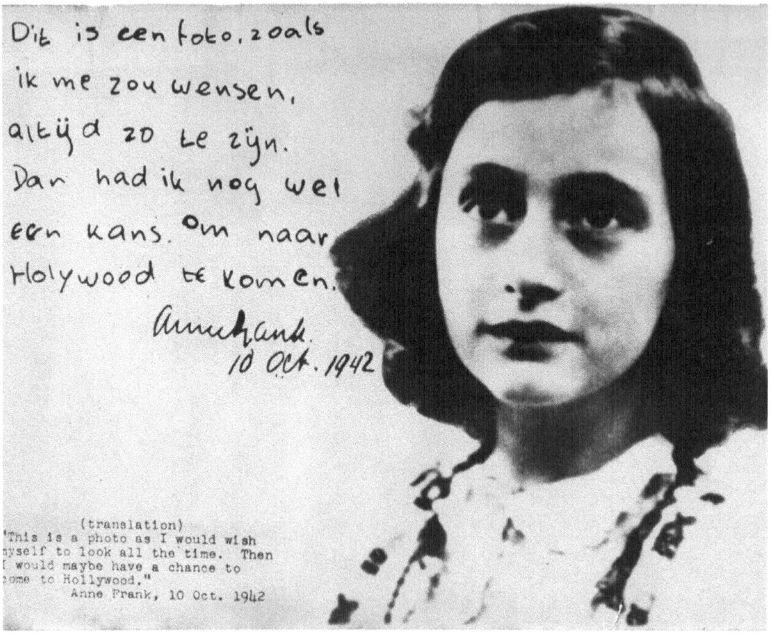

മുഹൂർത്തം ജ്വലതി ശ്രേയഃ

അതിഭയങ്കരമായ ഉഷ്ണക്കാറ്റിൽ ഭയസംഭ്രമങ്ങളോടെ കുറച്ചുമാത്രകൾ പിടിച്ചുനിന്ന ഒരു കുഞ്ഞുപുഷ്പം ഇതാ.

കിരാതനായൊരു ഭരണാധികാരിയുടെ അന്ധമായ വംശവെറിയായിരുന്നു ആ തീക്കാറ്റ്. ഡയറിയുടെ വെളുത്ത ഇതളുകളിൽ ബോംബുവർഷത്തിൽ നിന്നുള്ള കരി പറ്റാതെ തന്റെ കുഞ്ഞുജീവിതത്തിന്റെ ആധികൾ രേഖപ്പെടുത്തിവച്ച ആൻഫ്രാങ്കായിരുന്ന ആ പൂവ്.

ലക്ഷക്കണക്കണക്കിന് ജൂതരെ കൊന്നു തള്ളിയ ഹിറ്റ്ലർക്ക് ജേതാവാകാൻ കഴിയാതിരുന്ന ഒരിടത്ത് പക്ഷേ ഇത്തിരിപ്പോന്ന ആ പെൺകുട്ടി വെന്നിക്കൊടി നാട്ടി.

മനുഷ്യരാശിയുടെ എക്കാലത്തേയും ഓർമകളിലേക്ക് തന്റെ പാവപ്പെട്ട ഒരു ഡയറി എടുത്തുവച്ചുകൊണ്ട് അവൾ സ്നേഹാദരങ്ങളുടെ ലോക കിരീടം അണിഞ്ഞു.

മരണത്തിന്റെ വിജയപീഠത്തിൽ നിന്നുകൊണ്ട് അവൾ ദൈവത്തെ നോക്കി ഒരു കയ്ക്കുന്ന ചിരി ചിരിച്ചു. മുതിർന്നവരുടെ ദയാരഹിതമായ ലോകത്ത് പുലരുന്ന ഒരു കുരുന്നുപ്രാണന്റെ പ്രതികരണം എന്ന നില യ്ക്കുമാത്രമല്ല പെണ്ണിനെ, കുഞ്ഞിനെ, കീഴാളനെ, നിസ്വനെ... അങ്ങനെ കൈയൂക്കില്ലാത്ത പാർശ്വവൽകൃത ജീവിതങ്ങളെ ചവിട്ടി മുന്നോട്ടു കുതി ക്കുന്ന ലോകഗതിയെ നോക്കിയുള്ള ഒരു പുച്ഛച്ചിരികൂടിയായിരുന്നു അത്.

ലോകമെങ്ങുമുള്ള മനുഷ്യഹൃദയങ്ങൾ ആ വേദന നിറഞ്ഞ പ്രകാ ശത്തെ പിന്നീട് ഏറ്റെടുക്കുന്നതാണ് ചരിത്രം കണ്ടത്.

ലോകത്തെ ഭരിച്ചു രസിച്ച ലോകനേതാക്കന്മാരുടെ ഡയറിക്കുറിപ്പു കൾ ആർക്കും വേണ്ടാതെ മണ്ണടിഞ്ഞപ്പോൾ, വളരെക്കുറച്ചു കാലത്തെ ദിനസരിക്കുറിപ്പുകൾ മാത്രം ഉൾക്കൊള്ളുന്ന ഒരു പിഞ്ചുബാലികയുടെ അക്ഷരങ്ങൾ അക്ഷരാർഥത്തിൽ അക്ഷരം ക്ഷരമില്ലാത്തത് ആയി.

ആൻ ഫ്രാങ്ക് എന്ന പേർ പീഡിതമായ മനുഷ്യാത്മാവിന്റെ പ്രതി നിധാനമായി.

ബലൂൺപോലെ പൊട്ടി അപ്രത്യക്ഷമായ ആ കുഞ്ഞുജീവിതം കാരണമില്ലാതെ ഹനിക്കപ്പെടുന്ന നിഷ്കളങ്കതയുടെ മനുഷ്യരൂപക മായി.

ലോകമെമ്പാടും അവളുടെ ഡയറിക്കുറിപ്പുകളുടെ ഭാഷാന്തരങ്ങൾ വന്നു. അവളെഴുതിയതുമാത്രമല്ല അവളെക്കുറിച്ചെഴുതിയതും ബെസ്റ്റ് സെല്ലറുകളായി.

തനിക്കോ കുടുംബത്തിനോ ആസ്വദിക്കാൻപോയിട്ട് അറിയാൻ പോലും ആവാത്തൊരു പ്രശസ്തിയിൽ അവൾ അനശ്വരയായി.

എന്നെ എക്കാലത്തും ദണ്ഡിപ്പിച്ചിട്ടുള്ള ഒരു കുറിപ്പാണ് അവളുടെ കൈപ്പടയിൽ ഒപ്പം. (ചിത്രത്തോടൊപ്പമുള്ള ഇംഗ്ലീഷ് വിവർത്തനം നോക്കൂ)

പിന്നീട് ആനിനെക്കുറിച്ചുള്ള സിനിമകൾ വന്നു. മരണാനന്തരം മറ്റൊ രാൾ ആ വേഷം അഭിനയിച്ചപ്പോൾ അവളുടെ ആത്മാവ് സന്തോഷിച്ചി രിക്കുമോ?

നാളെ ഇവളുടെ ജന്മദിനം. എന്റെ അമ്മയേക്കാൾ മൂത്തവളെങ്കിലും എനിക്ക് മോളേ എന്ന് അഭിസംബോധനചെയ്യാൻ പാകത്തിൽ, പ്രായ ത്തിൽ, ചരിത്രത്തിൽ ഉറഞ്ഞുപോയ പെൺകുഞ്ഞിന് കണ്ണീരോടെ ഉമ്മ!

■

ജൂലായ് 5:
ബഷീറിനെ ഓർക്കുന്നു, തീർച്ചയായും ഫാബിയേയും

കൈയെത്തും ദൂരത്ത് ജീവിച്ചിരുന്നിട്ടും നേരിൽ കാണാൻ കഴിഞ്ഞില്ലല്ലോ എന്ന് എന്നെ സങ്കടപ്പെടുത്തിയ രണ്ടെഴുത്തുകാരുണ്ട്. എഴുത്തുകൊണ്ട് അദ്ഭുതപ്പെടുത്തിയ ആ രണ്ടുപേർ വി.കെ.എന്നും വൈക്കം മുഹമ്മദ് ബഷീറുമാകുന്നു. അത്രയധികം ആരാധന തോന്നിയിട്ടും ഞാനൊരിക്കലും അവരെ കാണാൻ പോയില്ല എന്നോർക്കുമ്പോൾ ഇന്നും ആ സങ്കടം ബാക്കിനിൽക്കുന്നു..

വി.കെ.എൻ മരിച്ചപ്പോൾ അവസാന മായി ഭാര്യയുടെ കൈപിടിച്ച് ഉച്ചരിച്ചതു

'സോറീ ട്ടോ' എന്നായിരുന്നു. മഹതിയായ ആ സ്ത്രീയെയും ഞാൻ ഇന്നോളം കണ്ടിട്ടില്ല. എന്നാൽ കോഴിക്കോട്ടുവന്നു താമസിക്കാൻ കഴിഞ്ഞതുകൊണ്ട്, ഭാഗ്യം, എനിക്ക് ബഷീറിന്റെ പത്നിയെ നേരിൽ കാണാൻ മാത്രമല്ല, ഒരു മകന്റെ എല്ലാ സ്വാതന്ത്ര്യത്തോടെയും ഉമ്മച്ചീ എന്ന് വിളിക്കാനും കഴിഞ്ഞു. കേരളത്തിലെ മിക്കവാറും എല്ലാ ബഷീർ ആരാധകർക്കും സുഹൃത്തുക്കൾക്കുമൊക്കെ സുലൈമാനിയിൽ മധുരവും സ്നേഹവും ഇട്ടുകൊടുത്ത ആ വലിയ ഉമ്മ ഒരിക്കൽ എന്റെ വീട്ടിലും വന്നു. വർഷം തൊള്ളായിരത്തി തൊണ്ണൂറ്റെട്ട്. ഞാനും ഭാര്യയും ഒരു വയസ്സുതികഞ്ഞിട്ടില്ലാത്ത ഞങ്ങളുടെ കടിഞ്ഞൂലും പാലക്കോട്ടു വയലിലെ ഒറ്റമുറി ഫ്ളാറ്റിൽ താമസിക്കുന്ന കാലം.

മാതൃഭൂമിയിൽ വന്നതു മുതൽക്കേ ഉള്ളതാണ് ബഷീറിന്റെ മകൻ അനീസുമായുള്ള സ്നേഹബന്ധം. ബഷീറിനെ കാണാൻ കഴിയാത്തതിന്റെ സങ്കടം ഞാൻ ഞങ്ങളുടെ ഈ ഇലക്ട്രിക് എഞ്ചിനീയറിലൂടെ പരിഹരിക്കുകയായിരുന്നു. എന്നിട്ടും അനീസിന്റെ കല്യാണത്തിന് പോകാൻ എനിക്ക് കഴിഞ്ഞില്ല. കൊച്ചി എന്റെ നാടായിട്ടും അവിടെ വച്ചു നടന്ന വിവാഹസൽക്കാരത്തിൽ എത്തിപ്പെടാനൊത്തില്ല. അനീസും പുതുമണവാട്ടി അഞ്ജുവും കൊച്ചിയിൽനിന്ന് കോഴിക്കോട്ടേക്ക് ഹെലികോപ്റ്ററിൽ വരുന്ന ചിത്രം പത്രങ്ങളിൽ കണ്ട് ഞാൻ വിരണ്ടു. എന്റെ ചെറിയ വാടകവീട്ടിലേക്ക് വിരുന്നിനു വിളിച്ചാൽ ഈ വമ്പനും വമ്പത്തിയും വരുമോ എന്ന് സന്ദേഹിച്ചു.

എന്നാൽ സ്നേഹം കൊണ്ട് അനീസ് എന്നെ തോൽപിച്ചു. ഒരു വൈകുന്നേരം അഞ്ജുവിനേയും സാക്ഷാൽ ഫാബി ബഷീറിനേയും കൊണ്ട് പാലക്കോട്ടുവയലിലുള്ള എന്റെ ഇത്തിരിവീട്ടിൽ വന്ന് അയാൾ എന്നെ ഞെട്ടിച്ചു. അന്ന് കോഴിക്കോട് ബീച്ചിൽ മലബാർ മഹോത്സവം പ്രമാണിച്ച് യേശുദാസിന്റെ ഗാനമേളയുണ്ടായിരുന്നു.അതുകഴിഞ്ഞ് ബേപ്പൂർക്ക് പോകാതെ മെഡിക്കൽകോളേജ് റൂട്ടിൽവന്ന് എന്റെ വീടു കണ്ടെത്താൻ വട്ടം ചുറ്റുകയായിരുന്നു അവർ.

"മൂപ്പർ പാടാൻ വന്നാൽ പെണ്ണുങ്ങൾ പിന്നെ പൊരേലിരിക്ക്യോ?", ബീച്ചിലെ ഗാനമേളയുടെ തിരക്കിനെപ്പറ്റി പറഞ്ഞ് ഉമ്മച്ചി ചിരിച്ചു.

ഉള്ള സ്ഥലത്ത് മൂന്നുപേരേയും ഇരുത്തി അത്താഴം വിളമ്പാൻ തുടങ്ങുമ്പോൾ, അതിഥികളെ സൽക്കരിക്കാൻ മതിയായ പാത്രങ്ങളില്ലാതെ ജയശ്രീ അടുക്കളയിൽ കുഴങ്ങുന്നതു കണ്ടു. വൈക്ലബ്യം മറയ്ക്കാൻ ഞാനത് തമാശയാക്കി ഉമ്മച്ചിയോട് പറഞ്ഞു. അതോടെ അവളുടെ പരിഭ്രമം ഇരട്ടിച്ചു. അപ്പോൾ ഉമ്മച്ചി അവളെ വിളിച്ചുവരുത്തി ചുമലിൽ പിടിച്ചുകൊണ്ട് എന്നെ ചൂണ്ടി പറഞ്ഞു: "അതേയ്, ഇവന്റെയൊക്കെ മൂത്ത ഒരാളുണ്ടല്ലോ, ആ ബല്യ റൈറ്ററ്... ആദ്യോക്കെ പൊരേൽ കുറച്ചാളുകൾ ഒന്നിച്ചുവന്നാ ഞാൻ ബേജാറാകും ന്റെ ജയശ്ര്യേ. എല്ലാർക്കും സുലൈമാനി എട്ക്ക്ന്ന് മൂപ്പർ കല്പിക്കും. അന്നൊക്കെ ആകെ രണ്ടോ

മൂന്നോ നല്ല ഗ്ലാസുകളേ നമ്മടെ പൊരേലുള്ളൂ. അക്കാര്യോണ്ടോ മൂപ്പർക്കറിയ്ന്ന്? എന്നിറ്റോ, ഞാനൊരു സൂത്രം ചെയ്യും. മൂന്ന് ഗ്ലാസ്സുകൾ കൊണ്ടുവന്ന് ആളുകൾക്ക് കൊടുത്തിട്ട് കാത്തുനിൽക്കും. എന്തിനാ? ആ ഗ്ലാസ്സുകൾ തിരിച്ചുകിട്ടി കഴുകീട്ടുവേണം അപ്പുറത്തിരിക്കണ നാലാമനും അഞ്ചാമനും കൊടുക്കാൻ!"

എല്ലാവരും അതാസ്വദിച്ചുചിരിച്ചു. ഭക്ഷണസമൃദ്ധിയേക്കാൾ സ്നേഹസമൃദ്ധിക്ക് പ്രാധാന്യമുണ്ടായിരുന്ന ആ അത്താഴത്തെക്കുറിച്ച് പിന്നീട് പലപ്പോഴും ഉമ്മച്ചി എന്നോട് പറഞ്ഞു. ബേപ്പൂരെ വീട്ടിൽ ഞാനും കുടുംബവും പലവട്ടം പോയി. ബഷീർ ഫാബിയാക്കിയ ഫാത്തിമാബീവിയെ ഞങ്ങൾ ഉമ്മച്ചി എന്നുവിളിച്ചു.

ബഷീറിനെക്കുറിച്ച് താനെഴുതിയ പുസ്തകം ഉമ്മച്ചി എനിക്ക് തരാനായി അനീസിന്റെ കൈയിൽ കൊടുത്തുവിട്ടു. ആദ്യപുറത്തിൽ എന്തായിരിക്കും എഴുതിയിട്ടുള്ളത് എന്ന് നോക്കി. പ്രതീക്ഷിച്ചതു തന്നെ: സുഭാഷ് മോന് സ്വന്തം ഉമ്മച്ചി!

അസുഖമാണെന്നറിഞ്ഞ് ചെന്നപ്പോഴും വലിയൊരു മനുഷ്യന്റെ ഒപ്പം ജീവിച്ച ഉൾക്കരുത്ത് ഒട്ടും ചോരാതെ അവർ നർമം പറഞ്ഞ് വേദന മറച്ചു. പിന്നെ ഇതുപോലൊരു നോമ്പുകാലത്ത് ഉമ്മച്ചി പരമകാരുണികനിൽ ലയിച്ച വാർത്ത അനീസ് വിളിച്ചറിയച്ചത് എന്നേയും ചേർത്ത് ബഹുവചനത്തിലായിരുന്നു: "നമ്മുടെ ഉമ്മച്ചി മരിച്ചു!"

ഞാൻ ചെന്നപ്പോൾ അകത്തളത്തിൽ ശാന്തയായി കിടക്കുകയായിരുന്നു ഉമ്മച്ചി. മുഖത്തുനിന്ന് വെള്ളത്തുണി മാറ്റി അനീസ് ഒരിക്കൽക്കൂടി ആ മുഖം എന്നെ കാണിച്ചു. ജീവിതത്തിന്റെ കൊടുംവെയിലിൽ എത്രയോ കാതങ്ങൾ നടന്നു ക്ലേശിച്ച ആ പുണ്യവതി ഇപ്പോൾ പരമശാന്തിയിൽ മന്ദഹസിക്കുന്നതുപോലെ.

ഇന്ന് (ജൂലായ് അഞ്ച്) വൈകീട്ട് ഞാൻ ഒരിക്കൽക്കൂടി ഉമ്മച്ചിയുടെ വീട്ടിൽ പോകും. ഞാനൊരിക്കലും കണ്ടിട്ടില്ലാത്ത ബഷീറിനെക്കുറിച്ച് അനുസ്മരണപ്രഭാഷണം നടത്താൻ.

പ്രിയപ്പെട്ട ഉമ്മച്ചീ, മഹാനായ ബഷീറിനെക്കുറിച്ചുമാത്രമല്ല, അദ്ദേഹത്തിന്റെ ഇമ്മിണി വല്യ ബീവിയെക്കുറിച്ചും പിന്നെ അനീസിന്റേയും അഞ്ജുവിന്റേയും ഷാഹിനയുടേയും തീർച്ചയായും എന്റേയും ഉമ്മച്ചിയെക്കുറിച്ചും ഒരായുസ്സ് സംസാരിക്കാനുള്ള വക എന്റെ കൈയിലുണ്ട്!

■

ബാബു നീ എവിടെ?

ചില കാഴ്ചപ്പാടുകളെ എക്കാലത്തേക്കുമായി മാറ്റിമറിക്കാൻ കെല്പുള്ള ഒരാൾ എല്ലാവരുടേയും ജീവിതത്തിൽ ഉണ്ടാകാറുണ്ട്. അച്ഛനമ്മമാരായോ ഗുരുവായോ ജീവിതപങ്കാളിയായോ മക്കളിലൊരാളായിപ്പോലുമോ അങ്ങനെ ഏതു രൂപത്തിലുള്ള സാന്നിധ്യമായും അയാൾ വരാം. നടുക്കിക്കൊണ്ട് അയാൾ നമ്മെ അടിമുടി മാറ്റിത്തീർക്കും. ഒരൊറ്റ നിമിഷത്തിൽ സംഭവിക്കുന്ന ഒരു റിവേഴ്സ് മെറ്റമോർഫോസിസിൽ നമ്മെ അയാൾ കൂറയിൽ നിന്ന് മനുഷ്യനായി പരിവർത്തിപ്പിക്കും. എന്റെ ജീവിതത്തിലും അത്തരമൊരു വിസ്മയ നിമിഷം ഉണ്ടായിട്ടുണ്ട്. അതെനിക്കു സമ്മാനിച്ചത് ബിരുദ പഠനകാലത്തെ ഒരാത്മസുഹൃത്താണ് ഓടക്കാലിക്കാരൻ ബാബു. ഇരുപതാം വയസ്സിൽ തമ്മിൽ പിരിഞ്ഞതിനു ശേഷം അവനെ പിന്നീടൊരിക്കലും കാണാനോ എവിടെയാണെന്നറിയാനോ കഴിഞ്ഞിട്ടില്ല. ഈ വാട്ട്സ്ആപ്,

ഫേസ്ബുക്ക് യുഗത്തിൽ ഞാൻ അതിനായൊന്നു ശ്രമിച്ചുനോക്കുകയാണ്.

ആ കഥ കുറച്ച് വിശദമായി പറയാം:

കടുങ്ങല്ലൂർ എന്ന ഗ്രാമത്തിലെ രണ്ട് സർക്കാർ പള്ളിക്കൂടങ്ങളിലാണ് ഞാൻ സ്കൂൾവിദ്യാഭ്യാസം പൂർത്തിയാക്കിയത്. പിന്നെ എറണാകുളം മഹാനഗരത്തിലേക്ക് തുടർവിദ്യാഭ്യാസം. സെന്റ് ആർബർട്ട്സിൽ പ്രീഡിഗ്രി, മഹാരാജാസിൽ എം.എ, ഭാരതീയവിദ്യാഭവനിൽ പത്രപ്രവർത്തനം, ലോകോളേജിൽ ഒരുവർഷത്തോളം നിയമപഠനം... പിൽക്കാലത്ത് പേരും വിലാസവുമൊക്കെയായപ്പോൾ തരാതരംപോലെ ഈ സ്ഥാപനങ്ങളെക്കുറിച്ചും അവിടത്തെ അധ്യാപകരെക്കുറിച്ചും സഹപാഠികളെക്കുറിച്ചുമൊക്കെ ഞാൻ ധാരാളം എഴുതിയിട്ടും പ്രസംഗിച്ചിട്ടുമുണ്ട്. അപ്പോഴെല്ലാം മറ്റുള്ളവരിൽ മതിപ്പുണ്ടാക്കിയില്ലെങ്കിലോ എന്ന സന്ദേഹത്തോടെ ഒരു സ്ഥാപനത്തെ അറിഞ്ഞോ അറിയാതെയോ ഞാൻ അവഗണിച്ചുപോന്നു. ഞാൻ മലയാളം ബി.എ. പഠിച്ച ഒരു പാരലൽകോളേജാണ് അത്. ആലുവയിലെ ക്യൂൻ മദേഴ്സ് കോളേജ്.

അവിടെവച്ചാണ് ബാബു എന്റെ സഹപാഠിയായത്. സെക്കന്റ് ഗ്രൂപ്പെടുത്ത് ഡോക്ടറാകണമെന്ന ആശയോടെ എറണാകുളം സെന്റ് ആൽബർട്സിൽ പഠിച്ചിരുന്ന ഞാൻ മഹാനഗരത്തിന്റെ സർവ അലമ്പുകളിലും ചെന്നുചാടി. നാട്ടുഭാഷയിൽ പറഞ്ഞാൽ കുരുത്തംകെട്ട് തീട്ടം ചവിട്ടി നടന്നതിനുശേഷം, കഷ്ടിച്ച് പാസ്സായി എങ്ങുമെങ്ങും ബിഎസ്സിക്ക് പ്രവേശനം ലഭിക്കാതെ നാറി, ഒടുവിൽ ആലുവാച്ചന്തയ്ക്കടുത്ത് കടമുറികൾക്കു മുകളിൽ നീളത്തിൽകിടന്ന ആ കോളേജിൽ മലയാളം ബി.എ പഠിക്കാൻ ചേരുകയായിരുന്നു. വിദ്യാർത്ഥികളായി മലയാളബിരുദത്തിന് എട്ടുപേരേ ഉണ്ടായിരുന്നുള്ളൂ. അഞ്ചാണും മൂന്നു പെണ്ണും. അക്കൂട്ടത്തിൽ ഏറ്റവും മുതിർന്നയാളായിരുന്നു ബാബു.

ഉരുണ്ടു ദൃഢമായ ശരീരത്തിൽ എന്തിനും പോന്ന ചങ്കൂറ്റവുമായി വന്ന ബാബു ഞങ്ങളുടെ സംഘത്തിലെ ഏറ്റവും വേറിട്ട 'കുട്ടി'യായിരുന്നു. രാവിലേയും വൈകിട്ടും അയൽപക്കങ്ങളിൽ തെങ്ങുകയറാൻ പോയി കിട്ടുന്ന പണം കൊണ്ടാണ് അവൻ പഠിക്കുന്നതെന്നറിഞ്ഞ് ഞങ്ങൾ സുഹൃത്തുക്കൾക്ക് അവനോട് സ്നേഹംമാത്രമല്ല, ആരാധനയും തോന്നിയിരുന്നു. ആശാരിപ്പണിയിൽ മിടുക്കനായ ജ്യേഷ്ഠനെ ഞായറാഴ്ചകളിൽ അവൻ സഹായിച്ചു. കൊച്ചുകൊച്ചു തുകകൾ കൂട്ടിവച്ച് മാസത്തിൽ ഒരു നല്ല പുസ്തകം വാങ്ങി ബയന്റിട്ട് നമ്പറിട്ട് ചേട്ടനുണ്ടാക്കിക്കൊടുത്ത അലമാരയിൽ നിധിപോലെ സൂക്ഷിച്ചു. പറ്റെ വെട്ടിയ മുടിയും ഈർക്കിലിമീശയും നനുത്ത ചിരിയുമായി ഏറ്റവും വിലകുറഞ്ഞ തുണിയിൽ തുന്നിയ ഷർട്ടും ഒറ്റമുണ്ടും ധരിച്ച് പ്രസരിപ്പോടെ മുടങ്ങാതെ ക്ലാസ്സിൽ വന്നു. തഴമ്പുകെട്ടിയ കൈകൊണ്ട് പഞ്ചഗുസ്തി പിടിച്ച് ഇടനേരങ്ങളിൽ ഞങ്ങളെ അവൻ തോല്പിച്ചുകൊണ്ടേയിരുന്നു.

ഒരു ഞായറാഴ്ച ഞാനവനെ വീട്ടിൽ കൊണ്ടുപോയി. തെങ്ങുകേറാൻ മിടുക്കനാണെന്ന് ഞാനവനെ അമ്മയ്ക്കു പരിചയപ്പെടുത്തിയപ്പോൾ ഒരു മടിയും കൂടാതെ അമ്മ അവന് ഒരു പണിയേൽപ്പിച്ചു. മൂത്തുപഴുത്തു നിന്ന മാങ്ങ പറിക്കാൻ ഞങ്ങളുടെ പിന്നതിരിലുള്ള മൂവാണ്ടൻമാവിൽ ബാബു വലിഞ്ഞുകയറി. നീറുകടിച്ചിട്ടും മാങ്ങയത്രയും പറിച്ചുകൊണ്ടിരിക്കുന്ന ബാബു കേൾക്കാതെ അമ്മ എന്റെ കാതിൽ ചോദിച്ചു: "അവന് പൈസ വല്ലതും കൊടുക്കണോ മോനേ?"

മിണ്ടാണ്ടിരി എന്ന് ഞാൻ അമ്മയെ ശാസിച്ചു. മാവിൽ കയറാൻ ശ്രമിക്കുമ്പോഴൊക്കെ എന്നെ വടിയെടുത്ത് ശകാരിക്കാറുള്ള അമ്മ എന്തുകൊണ്ടാണ് എന്റെ പ്രായത്തിലുള്ള ബാബുവിനെ ഒരു ഭയാശങ്കയും കൂടാതെ അതിന് അനുവദിക്കുന്നത് എന്ന് എന്റെ പതിനേഴാം വയസ്സിൽ എനിക്കു തിരിഞ്ഞുകിട്ടിയിരുന്നില്ല.

ഉച്ചയ്ക്ക് ഊണിനിരിക്കുമ്പോൾ അവൻ അമ്മയോട് ഉപ്പ് ചോദിച്ചു. ഉപ്പില്ലാതെ ചോറ് തിന്നണത് എങ്ങനെയാ എന്ന് ഞങ്ങളെ നോക്കി വിസ്മയിച്ചു. താനുണ്ടാക്കിയ കറികൾക്ക് ഉപ്പു പോരാഞ്ഞിട്ടാണോ ചെക്കൻ ഇങ്ങനെ പെരുമാറുന്നത് എന്ന് അമ്മ സന്ദേഹിക്കുന്നത് എനിക്ക് കാണാമായിരുന്നു. ആലുവ മൂന്നാർ വഴിയിലുള്ള ഓടയ്ക്കാലി എന്ന തന്റെ നാടിനെക്കുറിച്ച് ചോറുണ്ണുന്ന വാ കൊണ്ടുതന്നെ അവൻ വാചാലനായി. അധ്വാനിക്കുന്ന ആളുകൾ, നല്ല മുഴുത്ത ആണുങ്ങളും പെണ്ണുങ്ങളും ഉഗ്രൻ കപ്പയും കള്ളും എന്നൊക്കെ മകന്റെ കൂട്ടുകാരൻ ഇരുന്ന് പറയുന്നത് കേട്ട് അമ്മയുടെ സന്ദേഹം സംഭ്രമമാകുന്നതും ഞാൻ കണ്ടു. "നീയൊരൂസം എന്റെ വീട്ടിൽ വാ!" അവൻ ക്ഷണിച്ചു. "അമ്മേ, ഇവനെയൊരൂസം എന്റെ വീട്ടിലേക്ക് വിട്! ജീവിതം എന്താണെന്ന് ഞാൻ കാണിച്ചുകൊടുക്കാം!" എന്ന് പൊട്ടിച്ചിരിച്ചുകൊണ്ട് അമ്മയോട് പറഞ്ഞിട്ട് ഇങ്ങനെ കൂട്ടിച്ചേർത്തു: "സ്വന്തം പറമ്പിലെ മാങ്ങ പറിക്കാൻ പോലും പാങ്ങില്ലാത്ത ഒരു കോപ്പനും അവന്റെ തള്ളയും."

അങ്ങനെ ഒരിക്കൽ ഞങ്ങൾ മൂന്നാല് സുഹൃത്തുക്കൾ ചേർന്ന് ബാബുവിന്റെ വീട്ടിൽ പോകാൻ കോപ്പുകൂട്ടി. കോളേജ് കടന്ന് ഓവർ ബ്രിഡ്ജ് കയറിയിറങ്ങിയാൽ കെ.എസ്.ആർ.ടി.സി സ്റ്റാൻഡായി. അവിടെ നിന്ന് ഓടയ്ക്കാലിക്കുള്ള ബസ് പിടിക്കാം. പല മട്ടിലുള്ള ആളുകൾ നിന്നും ഇരുന്നും കിടന്നും നിബിഡമാക്കിയ സ്റ്റാൻഡിൽ ഞങ്ങളങ്ങനെ നിൽക്കുമ്പോൾ പൊടുന്നനെ, കറുത്ത വസ്ത്രവും ജപമാലകളും ധരിച്ച ഒരു വൃദ്ധ എന്നെ വന്ന് തോണ്ടി വിളിച്ചു: "ചെറിയമ്പ്രാൻ എവിടെപ്പോണേണ്?", പുകലക്കറ പിടിച്ച പല്ലുകൾ കാട്ടി കറുക്കെ ചിരിച്ചുകൊണ്ട് അവർ എന്നോട് ചോദിച്ചു.

കോത! എനിക്ക് സന്തോഷം വന്നു. കുട്ടിക്കാലത്ത് അമ്മയുടെ തറവാട്ടിൽ പുറംപണിക്ക് നിന്നിരുന്ന കോതയാണ് മുന്നിൽ. 'ചെനകന്റെ മകളല്ലോ ചീതപ്പെണ്ണ്' എന്ന പാട്ടുപാടിത്തന്ന് ഞങ്ങൾ കുട്ടികളെ

സന്തോഷിപ്പിച്ചിരുന്ന പണിക്കാരത്തി ഇന്ന് വൃദ്ധയായി മുന്നിൽ നിൽക്കുകയാണ്.

"കോത എന്താ ഇവിടെ", ഞാൻ ചോദിച്ചു.

"ഞങ്ങ മലയ്ക്ക് പോണേണ് ചെറിയമ്പ്രാ! ദേ, എന്റെ കൂടെ വേറേം കൊറേപ്പേർണ്ട്. വയസ്സായപ്പോ ഒര് മോഹം, ഒന്ന് മലചവിട്ടാന്ന്. മോനിപ്പ പടിക്കണൊാണാ?", കോത വിശേഷങ്ങൾ തിരക്കി. വീട്ടിലേക്ക് ഒരു ദിവസം വരുന്നുണ്ടെന്ന് പറഞ്ഞു. സർക്കാർ ഉദ്യോഗസ്ഥരായ മക്കളെക്കുറിച്ച് അമ്മയുടെ അഭിമാനത്തോടെ പറഞ്ഞു. ഇപ്പോ പുറംപണിക്കൊന്നും മക്കൾ വിടാറില്ലെന്ന് പറഞ്ഞ് ഖേദിക്കുന്നപോലെ ചിരിച്ചു.

കുശലങ്ങൾ പറഞ്ഞവസാനിപ്പിച്ച് കോത സന്തോഷത്തോടെ നടന്നകന്നു. തിരിഞ്ഞപ്പോൾ ബാബുവിന്റെ ജ്വലിക്കുന്ന മുഖമാണ് ഞാൻ കണ്ടത്. "നായേ!" അവൻ തെറിയേക്കാൾ ശക്തമായ ആ വാക്ക് എനിക്കെതിരെ എയ്തുകൊള്ളിച്ചു. "നിന്നെ എന്റെ വീട്ടിലേക്ക് ഞാൻ കൊണ്ടുപോകുന്നില്ല."

അത്രയും തീക്ഷ്ണമായി ബാബുവിന്റെ സ്വരം ഒരിക്കലും ഉയർന്നിട്ടില്ല. 'ആയിരം പാദസരങ്ങൾ കിലുങ്ങി' എന്ന പാട്ട് മനോഹരമായി പാടുന്ന അവന് ഇങ്ങനേയും ഭാവം പകരാൻ അറിയാം എന്ന് ഞാൻ ഒരിക്കലും പ്രതീക്ഷിച്ചിരുന്നുമില്ല. പക്ഷേ അതിനുള്ള കാരണം? അതെനിക്ക് പിടികിട്ടിയില്ല. അവന്റെ ചുമലിൽ വച്ച എന്റെ കൈ തട്ടിമാറ്റിക്കൊണ്ട് അവൻ അലറി: "നിന്റെ മുത്തശ്ശിയുടെ പ്രായമുണ്ടല്ലോടാ ആ സ്ത്രീക്ക്. എന്നിട്ട് നീയവരെ എന്താ വിളിച്ചത്?"

എനിക്ക് മനസ്സിലായില്ല. കുട്ടിക്കാലം മുതൽക്കേ ഞാൻ അവരെ വിളിച്ചിട്ടുള്ളത് കോത എന്നുതന്നെയാണ്. അതിൽ തെറ്റുണ്ടെന്ന് വിളിക്കുന്നയാൾക്കോ വിളി കേൾക്കുന്നയാൾക്കോ തോന്നിയിട്ടുണ്ടാവില്ല. ചെറിയമ്പ്രാൻ എന്ന തിരികെയുള്ള വിളിയാകട്ടെ പ്രത്യേകിച്ച് ഒരു സന്തോഷവും നൽകിയിട്ടില്ല. കോതയെ പിന്നെ കോതയെന്നല്ലാതെ എന്തു വിളിക്കും? അവന്റെ ഭാവമാറ്റത്തിൽ ഞെട്ടിത്തരിച്ചുകൊണ്ട് ഞാൻ ചോദിച്ചു.

ഇത്തവണ അവനൊരു പച്ചത്തെറിയാണ് പറഞ്ഞത്. "എടാ, അവരേക്കാൾ പ്രായക്കുറവുള്ള മറ്റൊരു സ്ത്രീ, എന്റെ അമ്മ, ഇപ്പോൾ വീട്ടിൽ നിന്നെ കാത്തിരിപ്പുണ്ടാവും. വിറകടുപ്പിൽ ഊതിയൂതി നിനക്ക് തിന്നാനുള്ളത് കൊറേ അവിടെ ഉണ്ടാക്കി വച്ചിട്ടുമുണ്ടാകും. വീട്ടിൽ കേറിയ ഉടൻ പേരു ചോദിച്ചു മനസ്സിലാക്കിയിട്ട് നീ എന്റെ അമ്മയേയും പേരു വിളിക്കില്ലാന്ന് എന്താ ഉറപ്പ്? പറയെടാ പട്ടീ."

ഞാൻ നടുങ്ങി. എന്റെ തലയിൽ ഇടിത്തീ വീണു നീറി. അയ്യോ! അമ്മയോളം അമ്മൂമ്മയോളം പ്രായമുള്ള ഒരു സ്ത്രീയെ പേരു വിളിക്കുന്നത് തെറ്റാണെന്ന് ഇന്നോളവും ആരും എന്തേ എനിക്കു പറഞ്ഞുതന്നില്ല? മഹാനാകാൻ കൊതിച്ച് സുഭാഷ് ചന്ദ്രബോസിന്റെ പേര് വാശി

പിടിച്ച് കരഞ്ഞു സ്വന്തമാക്കിയ കുട്ടിക്ക് പതിനേഴ് വയസ്സായിട്ടും ഈ അനീതി എന്തേ സ്വയം ബോധ്യപ്പെട്ടില്ല?

അപരാധിയായി ഞാൻ അവന് മുന്നിൽ നിന്നു. മറ്റു കൂട്ടുകാരും എന്താണ് പറയേണ്ടതെന്നറിയാതെ, ഞാനില്ലാത്ത ഒരു യാത്ര സങ്കല്പിക്കാനാകാതെ അരികിൽ സ്തബ്ധരായി നിൽക്കുകയായിരുന്നു. ഒരു നിമിഷം, ശ്രീനാരായണൻ പിറന്ന് സ്വർഗത്തോളം മഹത്ത്വമുള്ളതാക്കിത്തീർന്ന എന്റെ മണ്ണ് എന്നെ താഴേക്ക് പിടിച്ചു വലിച്ചു. ജ്വലിച്ചുനിൽക്കുന്ന ബാബുവിന്റെ രൂപം ഉൽക്കടകാന്തി ചിന്തുന്ന ഒരു ദൈവവിഗ്രഹം പോലെ എനിക്കു തോന്നി.

ഒരു മടിയും കൂടാതെ ഞാൻ അവന്റെ കാൽക്കൽ വീണു. മാപ്പ്, മാപ്പ് എന്ന് എന്റെ ആത്മാവ് പൊട്ടിക്കരഞ്ഞു. “എനിക്കറിയുമായിരുന്നില്ല”, ഞാൻ കരഞ്ഞു: “ഇന്നോളം എനിക്കാരും ഇത് പറഞ്ഞുതന്നിരുന്നില്ല”, കുറ്റബോധം എന്റെ നിറുകയിൽ ചവിട്ടുന്നതറിഞ്ഞുകൊണ്ട് ഞാൻ പറഞ്ഞു.

ബാബു ശബ്ദത്തോടെ പലവട്ടം ദീർഘനിശ്വാസം വിട്ട് സ്വയം തണുപ്പിക്കുന്നത് എനിക്ക് കേൾക്കാമായിരുന്നു. കുറച്ചുനേരം കഴിഞ്ഞപ്പോൾ തഴമ്പുള്ള രണ്ട് കൈത്തലങ്ങൾ എന്റെ ചുമലിൽ സാന്ത്വനത്തോടെ പിടിച്ചു: “എണീക്ക്!” ബാബു എന്റെ കണ്ണ് തുടച്ചുകൊണ്ടു പറഞ്ഞു: “ബാ! ദേ ഓടയ്ക്കാലിക്കുള്ള ബസ് വരുന്നു.”

ഞാൻ അവനെ കെട്ടിപ്പിടിച്ചു. യുഗങ്ങളായി ആത്മാവിൽ കെട്ടിക്കിടന്നിരുന്ന ഒരഴുക്ക് പാടെ കഴുകിക്കളഞ്ഞ് ശുദ്ധനായതുപോലുള്ള ഒരു തെളിച്ചം അനുഭവപ്പെട്ടു. ഉച്ചയ്ക്ക് അവന്റെ അമ്മ വച്ചുവിളമ്പിയ ചോറും കറികളും അടുക്കളയോടു ചേർന്നുള്ള മുറിയിൽ നിലത്ത് വട്ടമിട്ടിരുന്ന് ഞങ്ങൾ പങ്കിട്ട് കഴിച്ചതിന്റെ സ്വാദ് ഇതെഴുതുമ്പോഴും നാവിൽ തിളയ്ക്കുന്നു.

കാൽനൂറ്റാണ്ടാകുന്നു ഞങ്ങൾ കണ്ടിട്ട്. മൊബൈൽ ഫോൺ പോയിട്ട് ലാൻഡ് ഫോണുകൾ പോലും ഞങ്ങളുടെ വീടുകളിൽ ഇല്ലാത്ത കാലത്ത് പിന്നീട് കാണലും മിണ്ടലുമൊന്നും നടന്നില്ല. ഞാൻ പിന്നെ എറണാകുളം മഹാനഗരത്തിലേക്കും മഹാരാജാസിന്റെ പ്രൗഢിയിലേക്കും നൂറുകണക്കിന് സൗഹൃദങ്ങളിലേക്കും ചേക്കേറി. ഒരിക്കൽ ഏതോ പരിപാടി കഴിഞ്ഞ് കാറിൽ വരുന്ന വഴി ഓടക്കാലി എന്നു കണ്ട് വണ്ടി നിർത്തിച്ച് അന്വേഷിച്ചു: “മുമ്പ് ആലുവയിൽ മലയാളം ബീയെ പഠിച്ചിരുന്ന, ഒരു ബാബുവിന്റെ വീട്?”

കടക്കാരൻ വഴി കാണിച്ചുകൊണ്ടു പറഞ്ഞു: “ബാബുവല്ലേ? പുള്ളിക്കാരൻ ആശാരിപ്പണിയായിരുന്നു. കുറേ മുമ്പ് ലക്ഷദ്വീപിൽ എന്തോ പണികിട്ടി പോയി. കുറേക്കാലമായി ഞങ്ങളും കണ്ടിട്ട്.”

ഫോൺനമ്പറോ വിലാസമോ അയാൾക്കും അറിയില്ല. ഇരുട്ടത്ത് വീടു കണ്ടുപിടിച്ച് പോകുന്നത് എന്നോടൊപ്പമുള്ള സംഘാടകർക്ക്

ബുദ്ധിമുട്ടായിരിക്കുമെന്ന് തോന്നിയതുകൊണ്ട് മനസ്സില്ലാമനസ്സോടെ ഞാൻ വണ്ടി വിടാൻ പറഞ്ഞു.

ബാബൂ, എന്റെ ജീവിതവണ്ടി തട്ടിയും മുട്ടിയും ഇപ്പോഴും ഓടിക്കൊണ്ടിരിക്കുകയാണ്. അന്ന് നിന്റെ മുന്നിൽ വച്ച് എനിക്ക് പേര് വിളിക്കേണ്ടിവന്ന ആ പാവം വൃദ്ധയെ അതേ പേരിൽ ഞാൻ നോവലിൽ അവതരിപ്പിച്ചത് നീ വായിച്ചുവോ? വിദ്യാർത്ഥിയായിരുന്ന കാലം മുതൽക്കേ നീ ബൈന്റിട്ടു സൂക്ഷിച്ചുവയ്ക്കുന്ന നല്ല പുസ്തകങ്ങളുടെ കൂട്ടത്തിൽ ഇപ്പോൾ എന്റെ 'മനുഷ്യന് ഒരാമുഖ'വും ഉണ്ടോ?

ബാബൂ, ആ നോവലെഴുതാൻ എന്റെ ആത്മാവിന് കരുത്തുതന്ന അനുഭവങ്ങളിൽ ഏറ്റവും ആദ്യം വരുന്നത് അന്ന് ആലുവ ബസ്സ്റ്റാൻഡിൽ വച്ച് നീ എന്നെ പഠിപ്പിച്ച മനുഷ്യത്വം എന്ന വലിയ പാഠമാണെന്ന് എങ്ങനെയാണ് ഞാൻ നിന്നെ പറഞ്ഞറിയിക്കുക?

ഫോണുകളും അവയിലെല്ലാം ക്യാമറകളും കീശയിൽ കാശുമില്ലാതെ നാം തള്ളിനീക്കിയ ആ പാരലൽകോളേജ് കാലം നമ്മൾ എട്ടുപേരുടേയും ഒരു ഫോട്ടോ പോലും സൃഷ്ടിക്കാൻ ത്രാണിയുള്ളതായിരുന്നില്ല. അതുകൊണ്ട് നിന്റെ രൂപം എന്റെ മനസ്സിൽ മാത്രമേയുള്ളൂ. അതുകൊണ്ട് നാല്പത്തഞ്ചുകാരനായ നിന്നെ ഞാൻ എന്റെ അവിദഗ്ധമായ കൈകളാൽ വരയ്ക്കാൻ ശ്രമിക്കുകയാണ്. ഈ കുറിപ്പും ഈ ചിത്രവും കണ്ട് ആരെങ്കിലും ആർക്കറിയാം, ചിലപ്പോൾ നീ തന്നെ നമ്മെ തമ്മിൽ വീണ്ടും സന്ധിപ്പിച്ചേക്കുമോ?

■

മരണാനന്തരം

അദ്ദേഹം വല്ലപ്പോഴുമേ വിളിച്ചിരുന്നുള്ളൂ. എന്റെ എഴുത്തിലെ ചില പ്രയോഗങ്ങളാണ് ഫോണെടുപ്പിച്ചത് എന്ന് അഭിനന്ദനമായി അപ്പോഴൊക്കെയും പിശുക്കിപ്പറഞ്ഞു. അവസാനം വിളിച്ചത് എയ്ൻ റാൻഡ് എന്ന എഴുത്തുകാരിയുടെ പുതിയ പുസ്തകം വായിച്ച ഹർഷോന്മാദം പങ്കുവയ്ക്കാനായിരുന്നു. റാൻഡിന്റെ മരണശേഷം പുറത്തിറങ്ങിയ ഐഡിയൽ എന്ന പുസ്തകമായിരുന്നു അത്. പരിക്ഷീണിതമായ ശബ്ദത്തിൽ അദ്ദേഹം മരണാനന്തരം എന്ന വാക്ക് ഉച്ചരിച്ചപ്പോൾ, വിഷയം മാറ്റാനായി ഞാൻ പറഞ്ഞു: "ഇതൊരു ലേഖനമാക്കി അയയ്ക്കൂ, വേഗം!"

രണ്ടു ദിവസത്തിനുള്ളിൽ അദ്ദേഹം അതെഴുതി അയച്ചു തന്നു. അതെഴുതിയപ്പോഴുള്ള ശാരീരിക പീഡ എത്രയെന്ന് ഉടഞ്ഞു ചിതറിയ ആ കൈയക്ഷരം തെളിവു തന്നു.

ലേഖനത്തിന് അദ്ദേഹം തലക്കെട്ട് നൽകിയിരുന്നില്ല. പകരം വെറുതെ എയ്ൻ റാൻഡ് എന്നു മാത്രം എഴുതിയിരുന്നു. അതൊരുപക്ഷേ അദ്ദേഹത്തിന്റെ

അവസാന ലേഖനമായേക്കാമെന്നോർക്കാതെ ഞാൻ അതിനു മീതെ ഇങ്ങനെയൊരു വാക്കെഴുതി തലക്കെട്ട് സൃഷ്ടിച്ചു: മരണാനന്തരം.

ഇപ്പോൾ ലേഖനത്തിന് പ്രതിഫലമെഴുതാനിരിക്കുമ്പോൾ അദ്ദേഹം അതിനൊപ്പം അയച്ച ചെറിയ കത്ത് വീണ്ടും മുന്നിൽ വന്നു. പ്രതിഫലമോ വാരാന്തപ്പതിപ്പിന്റെ കോപ്പിയോ പ്രതീക്ഷിക്കാത്തതു കൊണ്ടാണോ അദ്ദേഹം കത്തിൽ വിലാസം എഴുതാതെ ഫോൺ നമ്പർ മാത്രം എഴുതിയത്?

പ്രിയ ടി.എൻ.ജീ,

മരണാനന്തരവും അങ്ങെന്റെ മുന്നിൽ അക്ഷരങ്ങളായി ഇരിക്കുന്നു.

കത്തിൽ നിർദ്ദേശിച്ചതു പോലെ ഞാൻ അറിയിക്കുന്നു:

"എന്റെ സ്നേഹാദരങ്ങൾ"

സ്വന്തം

സുഭാഷ്

■

ഡി. വിനയചന്ദ്രൻ

നാലുവർഷം മുമ്പ് അച്ഛൻ മരിച്ചപ്പോൾ അദ്ദേഹം ആലുവയിലുള്ള എന്റെ വീട്ടിൽ വന്നു. അച്ഛൻ കത്തിത്തീർന്നിരുന്നില്ല.

ആലുവവഴി പോകുമ്പോൾ ആരോ പറഞ്ഞു, അങ്ങനെ വന്നു എന്നു പറഞ്ഞു.

എങ്ങനെ വഴി കണ്ടു പിടിച്ചു എന്നു ചോദിച്ചപ്പോൾ, ഓ മരണത്തിലേക്കുള്ള വഴിയാണല്ലോ കണ്ടുപിടിക്കാൻ ഏറ്റവും എളുപ്പം എന്ന് സന്ദർഭം നോക്കാതെ ചിരിച്ചു.

പിന്നെ എനിക്ക് നാടു നൽകിയ സ്വീകരണത്തിൽ വന്ന് വീട്ടിലേക്കുള്ള വഴി എന്റെ കുടുംബത്തിന് ഡെഡിക്കേറ്റു ചെയ്തുകൊണ്ടു പാടി.

അദ്ദേഹത്തിന്റെ ആ കവിതയാണല്ലോ എനിക്ക് എന്റെ പെണ്ണിനെ കാട്ടിത്തന്നത്.

ഒടുവിൽ കഴിഞ്ഞയാഴ്ച തിരുവനന്തപുരത്ത് ചെന്നപ്പോൾ വെറുതെ ഓർമ്മ വന്നു. ഉടനെ ഫോണിൽ വിളിച്ചു.

അസുഖമാണ്, കഷായം കഴിക്കുകയാണ് എന്ന് പറഞ്ഞ് ഒഴിഞ്ഞപ്പോൾ വരാൻ നിർബന്ധിച്ചില്ല. അദ്ദേഹത്തിന്റെ വീട്ടിലേക്കുള്ള വഴി തേടിയതുമില്ല.

എന്റെ പിഴ, എന്റെ പിഴ, എന്റെ വലിയ പിഴ...

അന്ന് ഒന്നു കണ്ടിട്ടു പോരാമായിരുന്നു. എനിക്ക് താങ്കളെ വളരെ ഇഷ്ടമാണെന്ന് പറഞ്ഞിട്ട് വിളിച്ച അന്ന് ഒന്നു കണ്ടിട്ടു പോരാമായിരുന്നു. എനിക്ക് താങ്കളെ വളരെ ഇഷ്ടമാണെന്ന് പറഞ്ഞിട്ട് പോരാമായിരുന്നു.

എല്ലാം പിന്നത്തേക്ക് നമ്മൾ എന്തിനാണ് നീട്ടിവയ്ക്കുന്നത്? മരണം ഒരിക്കലും നമ്മോട് അങ്ങനെ ചെയ്യാതിരിക്കേ?

■

വിഷുവിഷാദം

വിഷുത്തലേന്ന് രാത്രി പതിനൊന്നുമണിക്കാണ് ഈ കുറിപ്പ് എഴുതുന്നത്. ഞാനും കുടുംബവും ചേർന്ന് പതിവു പോലെ നാളേക്കുള്ള വിഷുക്കണി ഒരുക്കിയിട്ടുണ്ട്. നമ്മുടെ അച്ഛനമ്മമാർ നമുക്കായി ഒരുക്കിയിരുന്ന പല മട്ടിലുള്ള ആ സന്തോഷസന്ദർഭങ്ങളെ നമ്മുടെ മക്കളിലേക്കും പകരുക എന്ന സദുദ്ദേശ്യം മാത്രമേയുള്ളൂ ഇതിനുപിന്നിൽ. എന്നാൽ പതിവിനു വിപരീതമായി ഇത്തവണ ഞങ്ങൾ പടക്കങ്ങളും കമ്പിത്തിരികളുമൊക്കെ പാടേ ഒഴിവാക്കിയിരിക്കുകയാണ്. കൊല്ലത്ത് കഴിഞ്ഞ ദിവസം കൊല്ലപ്പെട്ട മുഖമറിയാത്ത സഹോദരങ്ങളോടുള്ള ആദരം ഇങ്ങനെയാകട്ടെ. കള്ള് ചെത്തരുത്, കുടിക്കരുത് എന്ന് ആഹ്വാനം ചെയ്ത ഒരു ഗുരുവരന്റെ ഓർമത്തിരുന്നാൾ ആഘോഷത്തിന് വിഷമദ്യം കുടിച്ച് കൂട്ടമരണം വരിച്ച ഗുരുനിന്ദകരാണ് മലയാളിയെന്ന് ഞാൻ മനുഷ്യന് ഒരാമുഖത്തിൽ എഴുതിയിരുന്നു. ഇന്നിതാ കരിയും കരിമരുന്നും വേണ്ടെന്ന് പറഞ്ഞ അതേ ഗുരുവിന്റെ പ്രതിമ കരിമരുന്ന് ദുരന്തത്തിൽ തകർന്നു കിടക്കുന്ന കാഴ്ചയും പത്രങ്ങൾ നമുക്കു കാണിച്ചുതരുന്നു.

ദുരന്തങ്ങൾ ഏല്പിക്കുന്ന ആഘാതങ്ങളെ നമുക്ക് തരണം ചെയ്യേണ്ടതുണ്ട്. എന്നാൽ അവയൊന്നും മറക്കാതിരിക്കാനും നാം ഓർമിക്കേണ്ടതുണ്ട്. ശത്രുരാജ്യത്തെ കീഴടക്കി മടങ്ങിവരുമ്പോൾ, കൈവശം ബാക്കി വന്ന വെടിമരുന്ന് വിജയാഹ്ലാദത്തോടെ പൊട്ടിച്ചു രസിച്ച രാജാക്കന്മാരാകണം ആദ്യത്തെ വെടിക്കെട്ടുകമ്പക്കാർ. അതിനുപിന്നിൽ മറ്റാരുടേയോ മൃത്യുവും ദുഃഖവും പൊട്ടുകയും മിന്നുകയും ചെയ്യുന്നത് അന്നും വിവേകികൾ കണ്ടിട്ടുണ്ടായിരിക്കണം. ഭൂമിയിൽ നരകിച്ചു ജീവിക്കുന്ന ലക്ഷക്കണക്കിന് സഹജീവികൾക്ക് അന്നവും വസ്ത്രവും പാർപ്പിടവും ഉണ്ടാക്കിക്കൊടുക്കാൻ ഉതകുന്ന പണമാണ് വെടിമരുന്നായി നാം ഒരൊറ്റ നിമിഷം കൊണ്ട് പൊട്ടിച്ചുതീർക്കുന്നതോർത്താൽ നമ്മളും ഒരു വിജയാഘോഷത്തിലാണെന്ന് തിരിച്ചറിയാനാകും. പരാജിതന്റേയും ദുഃഖിയുടേയും മേലുള്ള വിജയോന്മാദം. അതുവേണ്ടെന്നു വയ്ക്കുമ്പോൾ നമ്മൾ ജീവനും ജീവിതവും നഷ്ടപ്പെട്ട ആയിരക്കണക്കിന് മനുഷ്യപുത്രന്മാരുടെ പക്ഷത്തേക്ക് ഒരു ചെറിയ ചുവട് വയ്ക്കുകയാണ്.

പ്രിയപ്പെട്ട എല്ലാ സുഹൃത്തുക്കൾക്കും എന്റെ വിഷാദം നിറഞ്ഞ വിഷു ആശംസകൾ!

■

പേരിനൊപ്പം

രസകരമായ ഒരു യാദൃച്ഛികത പറയാം. അച്ഛനമ്മമാർ എനിക്കിട്ട പേർ സുരേഷ് കുമാർ എന്നായിരുന്നു. സ്കൂളിൽ ചേർക്കുന്ന സമയത്ത് ഞാൻ കരഞ്ഞുവിളിച്ച് സുഭാഷ് ചന്ദ്രൻ എന്നു മാറ്റിച്ചതാണ്. എന്റെ അഞ്ചാം വയസ്സിൽ അങ്ങനെ ഞാൻ സ്വീകരിച്ച തൂലികാനാമമാണ് ഇത്. അതിനുള്ള പ്രചോദനം വീട്ടിലെ ചുമരിൽ അച്ഛൻ തൂക്കിയിട്ട നിരവധി സ്വാതന്ത്ര്യസമരനായകന്മാരുടെ ചിത്രങ്ങളായിരുന്നു. നേതാജിയായിരുന്നു ഏറ്റവും കേമൻ. അങ്ങനെയാണ് ആ പേരു വേണമെന്ന് ശഠിച്ച് ഞാൻ കരഞ്ഞത്. ഇനി യാദൃച്ഛികത പറയാം. ഇന്നെന്റെ പിറന്നാളാണ്. മകരമാസത്തിലെ മകയിരം നക്ഷത്രത്തിൽ പ്രാസമൊപ്പിച്ചു പ്രസവിച്ചതാണ് എന്റെ അമ്മ. ഇന്ന് മകയിരത്തിലെ മകയിരം. അദ്ഭുതം അതല്ല, ഇന്ന് നേതാജിയുടേയും ജന്മദിനമാണ്. എന്റെ നാൽപതു വർഷത്തെ ജീവിതത്തിൽ ആദ്യമായാണ് അദ്ദേഹത്തിന്റെ എന്റേയും ജന്മദിനം ഒരേ ദിവസം വരുന്നത്. അതായത് ജനവരി 23 മകരത്തിലെ മകയിരമാകുന്നത്.

ഇതൊരു യാദൃച്ഛികതയല്ലെന്ന് ഇന്നെനിക്കറിയാം. തീവ്രമായ ചില അഭിനിവേശങ്ങളെ കാലം സഫലമാക്കുന്നതിന് ഇനിയും എത്രയോ ഉദാഹരണങ്ങൾ നമ്മുടെയൊക്കെ ജീവിതത്തിൽ ഉണ്ടാകുന്നുണ്ട്. നിഷ്കളങ്കമായി, തീവ്രമായി ഒന്നിനെ കൊതിക്കൂ. കാലം അതിനെ പറിച്ച് നിങ്ങളുടെ കൈകളിൽ കൊണ്ടുത്തരും!

നേതാജിയാണേ സത്യം!?

■

എന്റെ മകൾ ബിരുദത്തിന് ചേരുമ്പോൾ...

മെഡിക്കൽ എഞ്ചിനീയറിങ് എൻട്രൻസുകൾക്കായി നമ്മുടെ മക്കൾ കിണഞ്ഞു പരിശ്രമിച്ചുകൊണ്ടിരിക്കുന്ന ഈ ഋതുവിൽതന്നെ എന്റെ സുഹൃത്തുക്കൾ മാത്രമല്ല, മുഴുവൻ മലയാളികളും വായിക്കാൻ വേണ്ടി എഴുതുന്ന, ഗൗരവാവഹമെന്നു ഞാൻ കരുതുന്ന, ഒരു കുറിപ്പാണിത്. കാരണം ഈ കുറിപ്പ് എന്റെ മകളെക്കുറിച്ചുതന്നെയാകുന്നു. മുൻകൂട്ടിപ്പറയട്ടെ, ഇതൊരു മക്കൾമാഹാത്മ്യക്കുറിപ്പല്ല.

രണ്ടുവർഷം മുമ്പ് അവൾ പഠിച്ച കോൺവെന്റ് സ്കൂളിൽനിന്ന് ഏറ്റവും മുന്തിയ മാർക്കു നേടിയ കുട്ടികളിൽ ഒരാളായി പുറത്തിറങ്ങിയ സേതുപാർവതി ഞങ്ങളുടെ പാറുക്കുട്ടി മിനിഞ്ഞാന്ന് പ്ലസ്ടു പരീക്ഷയിലും അതേ വിജയം ആവർത്തിച്ചു. പത്തുകഴിഞ്ഞയുടൻ ഭൂരിഭാഗം മലയാളിക്കുട്ടികളേയുംപോലെ അവളും ബയോ മാത്സ് മുഖ്യമായെടുത്താണ് പ്ലസ്ടുവിന് ചേർന്നത്. തന്റെ സുഹൃത്തുക്കളെപ്പോലെ പാറുവും നഗരത്തിലെ ഒരു മുന്തിയ കോച്ചിങ് സ്ഥാപനത്തിൽ അര ലക്ഷത്തോളം രൂപ ഫീസടച്ച് എൻട്രൻസ് പരിശീലനത്തിനായി ചേർന്നു. എൻട്രൻസ് കോച്ചിങ്ങിനായി അതിരാവിലെ അഞ്ചുമണിക്ക് ഉറക്കപ്പിച്ചോടെ നഗരത്തിലേക്ക് പോകുന്ന കുഞ്ഞിനെ നോക്കി നിൽക്കുമ്പോൾ തീർച്ചയായും വേദനയല്ലാതെ അഭിമാനമൊന്നും എനിക്ക് തോന്നിയിട്ടില്ല.

അഞ്ചെട്ടുമാസം കഴിഞ്ഞ് ഒരു ദിവസം കുട്ടി എന്നെ കെട്ടിപ്പിടിച്ച് ഒരു പൊട്ടിക്കരച്ചിൽ! “അച്ഛാ, എനിക്ക്

ഡോക്ടറും എഞ്ചിനീയറും ആകണ്ട!", അവൾ നന്നേ കുട്ടിക്കാലത്തു ചെയ്യാറുള്ളതുപോലെ ഏങ്ങിയേങ്ങി കരയുകയാണ്.

ഞാനും ഭാര്യയും ഭയന്നു. കാരണം ചോദിച്ചപ്പോൾ സംഗതി ലഘുവാണ്. കൂടെ പഠിക്കുന്ന കുട്ടികളിൽ ഒരാൾ പോലും പഠിക്കുന്ന കാര്യങ്ങളല്ലാതെ മറ്റൊന്നും വായിക്കുന്നില്ല! ബഷീറിനെയെന്നല്ല, വ്യാസനെപ്പോലും കേട്ടിട്ടില്ല! കേന്ദ്രസാഹിത്യ അക്കാദമി കിട്ടിയ അച്ഛനെക്കുറിച്ച് അഭിമാനത്തോടെ അറിയിച്ചപ്പോൾ ഏറ്റവും അറിവുള്ളവളെന്നു കരുതിയ കൂട്ടുകാരി ചോദിച്ചത്രെ അച്ഛനെഴുതുന്നത് ഇംഗ്ലീഷിലാണോ എന്ന്!

മുൻകൂറടച്ച പണം പോകുന്നതിൽ എനിക്കു കുണ്ഠിതമുണ്ടായിരുന്നു. എങ്കിലും പരിശീലനത്തിനു ചേർന്ന ശേഷം തനിക്ക് പാഠപുസ്തകമല്ലാതെ മറ്റൊന്നും വായിക്കാൻ കഴിഞ്ഞിട്ടില്ല എന്ന അവളുടെ സങ്കടം എന്റേയും ഉള്ളിൽ കൊണ്ടു.

അങ്ങനെ അന്ന് എൻട്രൻസ് കോച്ചിങ് എന്ന മാരണത്തിൽനിന്ന് അവൾ സന്തോഷത്തോടെ രക്ഷപ്പെട്ടു. ആഹ്ലാദത്തോടെ എന്റെ വീട്ടുലൈബ്രറിയിലെ പുസ്തകങ്ങളിൽ അവൾ ഊളിയിടുന്നതു കാണുമ്പോൾ ഞാൻ ഗൗരവശാലിയായ അച്ഛനായി അഭിനയിച്ച് താക്കീതു നൽകിയിരുന്നു. "വായനയൊക്കെ കൊള്ളാം. പക്ഷേ പ്ലസ് ടുവിന്റെ മാർക്കിനെ ഇത് ബാധിച്ചാലുണ്ടല്ലോ, ങ്ഹാ!"

കഴിഞ്ഞ ദിവസം അവൾ കമ്പ്യൂട്ടറിൽ റിസൽട്ട് വിളിച്ച് കാണിച്ചു തന്നു. എല്ലാത്തിനും എ പ്ലസ്. അവൾ ഏതിൽനിന്നാണോ രക്ഷപ്പെടാൻ കൊതിച്ചത് ആ ബയോളജിക്ക് നൂറ് ശതമാനം മാർക്ക്. അതോടൊപ്പം സന്തോഷകരമായ കാഴ്ച: മലയാളത്തിനും ഫുൾമാർക്ക്!

“ഇനി എന്തെടുക്കാൻ പോകുന്നു?” ഞാൻ ചോദിച്ചു.

“എനിക്ക് ബാംഗ്ലൂരിൽ ക്രൈസ്റ്റ് കോളേജിൽ ചേരണം. ബി.എ. ഇംഗ്ലീഷ് പഠിക്കണം.” മറുപടി.

ആയിരക്കണക്കിന് കുട്ടികൾ അപേക്ഷിക്കുന്ന കോളേജാണത്. ഇന്ത്യയിലെ തന്നെ ഏറ്റവും മികച്ച കോളേജുകളിൽ ഒന്ന്. മാനേജ്മെന്റ് ക്വാട്ട കഴിഞ്ഞാൽ ബാക്കിയുള്ള മെറിറ്റ് സീറ്റുകൾ മുപ്പതോ മുപ്പത്തഞ്ചോ മാത്രം.

“ഭാഷ പഠിക്കുന്നതിൽ അച്ഛനു സന്തോഷം. പക്ഷേ നിനക്കു കിട്ടുമോ?”

“നമുക്കൊന്നു പോയി നോക്കാം.”, അവൾ പറഞ്ഞു.

അങ്ങനെ കഴിഞ്ഞയാഴ്ച ഞങ്ങൾ കുടുംബസമേതം ബാംഗ്ലൂർക്ക് പോയി. ആയിരത്തോളം പരിഷ്കാരിക്കുട്ടികൾക്കിടയിൽ സാധുവായി നിൽക്കുന്ന എന്റെ മകളെക്കണ്ട് എനിക്ക് കരച്ചിൽ വന്നു. ഈ മലവെള്ളപ്പാച്ചിലിൽ കുഞ്ഞിന് നില കിട്ടുമോ?

എഴുത്തുപരീക്ഷയും രണ്ടു ദിവസം കഴിഞ്ഞു നടന്ന സ്കിൽ അസെസ്മെന്റും അഭിമുഖവും കഴിഞ്ഞ് മടങ്ങിപ്പോരാൻ നേരത്ത് ഞാൻ ചോദിച്ചു: “ഡോക്ടറും എഞ്ചിനീയറും ആകണ്ടായെന്ന് ശഠിക്കുന്നത് ശരി, ഇനി ഇതും കിട്ടിയില്ലെങ്കിൽ?”

മുത്തങ്ങാ വനത്തിൽ നിർഭയം വഴിക്കുകുറുകെ നടക്കുന്ന ആനക്കുട്ടിയെ ചൂണ്ടിക്കൊണ്ട് അവൾ എന്നെ നോക്കി ചിരിച്ചതല്ലാതെ മറുപടിയൊന്നും പറഞ്ഞില്ല.

കഴിഞ്ഞ ദിവസം കമ്പ്യൂട്ടർ തുറന്ന് എന്നെ കാണിച്ചിട്ട് പാറു പറഞ്ഞു: “അച്ഛാ, ക്രൈസ്റ്റ് യൂണിവേഴ്സിറ്റി എന്നെ സെലക്ട് ചെയ്തിരിക്കുന്നു!”

ഞാൻ അവൾക്ക് കെട്ടിപ്പിടിച്ച് ഒരുമ്മകൊടുത്തു. മോളേ, ഞാൻ മനസ്സിൽ പറഞ്ഞു. ഇതാണ് ശരിയായ എൻട്രൻസ്. സ്വന്തം ഇഷ്ടങ്ങളിലേക്കുള്ള പ്രവേശനം. പതിനേഴാം വയസ്സിൽ സെക്കന്റ് ഗ്രൂപ്പും ഫസ്റ്റ് ഗ്രൂപ്പും ഒപ്പം പഠിച്ചതിനുശേഷം മലയാളം ബിഎയ്ക്കു ചേർന്നപ്പോൾ ഞാൻ അനുഭവിച്ചതും ഈ സന്തോഷമാണ്.

നിന്റെ തലമുറയിലെ മുഴുവൻ കുട്ടികൾക്കും ഈ സന്തോഷം ആസ്വദിക്കാൻ കഴിഞ്ഞെങ്കിൽ! നീ എന്റെ മകളായതുകൊണ്ടു മാത്രമല്ല, നിനക്ക് എന്റെ ഹൃദയം കിട്ടിയതിലും ഈ അച്ഛൻ ആനന്ദിക്കുന്നു.

നേരേ നടക്കുക. നിർഭയം മുന്നോട്ട് പോവുക. ലോകത്തിന് വെളിച്ചമാവുക! ■

ചുള്ളിക്കാടിന്റെ ഔചിത്യം

നാട്ടിൽ പല തരത്തിലുള്ള ആഘോഷങ്ങൾ നടക്കുന്നു. സിനിമയിലെന്നതു പോലെ, വിവാഹത്തിലെന്നതു പോലെ, ഒരു കേന്ദ്രപുരുഷൻ ഉണ്ടാകും ഏതൊരാഘോഷത്തിലും. ശരാശരി ആയുർദൈർഘ്യം വർധിച്ചതോടെ, 'ഇരിക്കപ്പതിനാറെ'ന്നുകൂടി കുപ്രസിദ്ധി ഉണ്ടായിരുന്ന ഷഷ്ട്യബ്ദപൂർത്തി ആഘോഷത്തിനു പുറമെ കേമന്മാർ സപ്തതിയും അശീതിയും നവതിയും സെഞ്ചുറിയുമെല്ലാം കൊണ്ടാടാൻ തുടങ്ങി. യാത്രയയപ്പ് യോഗങ്ങളുടെ ചെറിയൊരു വിഷാദഛായ അവ അന്തരാ വഹിക്കുമെങ്കിലും ചടങ്ങിലും തീനിലും പൊതുവേ ഒരാഹ്ലാദാന്തരീക്ഷം രുദ്രാക്ഷം കെട്ടിയ സ്വർണ്ണമാല പോലെ തൂങ്ങിയാടുന്നുണ്ടാകും.

ഈയിടെ അറുപതാം വയസ്സിലെത്തിയ കവി ബാലചന്ദ്രൻ ചുള്ളിക്കാടിനേയും അത്തരമൊരാഘോഷത്തിനു നടുവിലിരുത്തുവാൻ അദ്ദേഹത്തെ സ്നേഹിക്കുന്നവർ തീരുമാനിച്ചു. യുവകവി സെബാസ്റ്റ്യന്റെ മേൽനോട്ടത്തിൽ പുതുമയുള്ളതും ഒരു കവി

അർഹിക്കുന്നതുമായ ഒരു ചടങ്ങ് കോഴിക്കോട്ടുവച്ചു നടത്താൻ തീരുമാനിക്കപ്പെട്ടു. അങ്ങനെ ചുള്ളിക്കാടിനെക്കുറിച്ച് 60 പേർ എഴുതിയ സ്നേഹാദരക്കുറിപ്പുകൾ ചേർത്തൊരുക്കിയ ബാലചന്ദ്രൻ ചുള്ളിക്കാട് @ 60 എന്ന പുസ്തകം അതെഴുതിയ 60 പേരും ചേർന്ന് പ്രകാശിപ്പിക്കുന്ന അപൂർവമായൊരു ചടങ്ങ് കഴിഞ്ഞ ദിവസം കോഴിക്കോട്ട് നടന്നു.

തന്റെ അറുപതാം പിറന്നാൾ ഇങ്ങനെ ഔചിത്യസുന്ദരമായി കൊണ്ടാടപ്പെടുമ്പോൾ തീർച്ചയായും അതിൽ നായകനായി പങ്കുകൊള്ളണമെന്ന് ഒരാൾ തീരുമാനിച്ചാൽ അതിൽ തെറ്റൊന്നുമില്ല. എന്നാൽ അതിൽ പങ്കെടുക്കുന്നില്ലെന്ന തീരുമാനത്തിലൂടെ കുറച്ചുകൂടി സൗന്ദര്യമുള്ള ഒരു ശരി എന്നെപ്പോലുള്ളവർക്ക് കാട്ടിത്തരികയാണ് അദ്ദേഹം ചെയ്തത്.

ചടങ്ങിൽ പങ്കെടുക്കണമെന്ന ആഗ്രഹമറിയിച്ച പ്രിയസുഹൃത്തും പുസ്തകത്തിന്റെ എഡിറ്ററുമായ സെബാസ്റ്റ്യനോട് ചുള്ളിക്കാട് പറഞ്ഞു: ‘അറുപതു പേർ ചേർന്ന് വാഴ്ത്തുന്നത് ഞാൻ കേട്ടിരിക്കുന്നതിൽ ഒരു അശ്ലീലമില്ലേ? അതുകൊണ്ട് ഞാൻ അങ്ങോട്ടേക്കില്ല.’

ഇത് ഒരു ലളിതമായ വാക്യമായി വായിക്കാൻ എളുപ്പമാണ്. എന്നാൽ അതിൽ സമകാലീന മലയാളിക്ക് മനസ്സിലാക്കാൻ പ്രയാസമുള്ള ചില സങ്കീർണ്ണ മഹത്ത്വങ്ങൾ ഉള്ളടങ്ങിയിരിക്കുന്നു. ഒരാളിൽ നിന്നെങ്കിൽ ഒരാളിൽ നിന്ന് അത്തരത്തിലൊരു പ്രകാശനാളം വീണുകിട്ടുന്നതിനെ നമുക്ക് ഹൃദയത്തിൽ സൂക്ഷിക്കേണ്ടതുണ്ട്.

ആയതിനാൽ ഈ കുറിപ്പ്.

പ്രതിഭ തൻ സർപ്പസാന്നിധ്യം!

ഈ പ്രയോഗം ബാലചന്ദ്രൻ ചുള്ളിക്കാടിന്റേതാണ്. മൺമറഞ്ഞ തന്റെയൊരു ജ്യേഷ്ഠപ്രതിഭയെ ഓർക്കുന്ന കവിതയിൽ.

പല നിലയ്ക്ക് എന്റെ സഹോദരനായ ബാലചന്ദ്രൻ ഇന്നലെ ഞങ്ങളുടെ ‘ഭൂമി’യിൽ നാല് മണിക്കൂറോളം ഉണ്ടായിരുന്നു. (സാഹോദര്യം ഇങ്ങനെ: അദ്ദേഹം എറണാകുളത്തുകാരൻ, പറവൂർ താലൂക്കുകാരൻ. മഹാരാജാസിന്റെ മകൻ. പേരിന്റെ പാതിയിൽ കടൽക്ഷോഭം സൃഷ്ടിക്കാൻ ശക്തിയുള്ള ചന്ദ്രനുള്ളവൻ. സ്നേഹസുരതത്താൽ വാക്കിനെ ഗർഭിണിയാക്കാൻ കഴിവുള്ളവൻ).

നന്ദി പ്രിയപ്പെട്ട ജ്യേഷ്ഠാ, അങ്ങ് എന്റെ ഭൂമിയെ കൂടുതൽ ആവാസയോഗ്യമാക്കി.

രണ്ട് തരം ആനന്ദങ്ങൾ

രണ്ട് ദിവസമായി അബുദാബിയിലായിരുന്നു. കേരള സാഹിത്യ അക്കാദമിയും അബുദാബിയിലെ ശക്തി തിയറ്റേഴ്സും കേരള സോഷ്യൽ സെന്ററും ചേർന്ന് സംഘടിപ്പിച്ച സാംസ്കാരിക സമ്മേളനത്തിൽ പങ്കെടുക്കാൻ. സംഗീതവും സാഹിത്യവും ഒട്ടും കുറയാതെ സൗഹൃദവും നുരഞ്ഞ രണ്ട് നല്ല ദിവസങ്ങൾ. ആദ്യ ചിത്രത്തിലുള്ളവർ കേരളത്തിലെ പ്രശസ്തരായ സാഹിത്യകാരന്മാരാണ്. സാഹിത്യ അക്കാദമിയുടെ പ്രസിഡന്റും നമ്മുടെ പ്രിയപ്പെട്ട കഥാകൃത്തുമായ വൈശാഖൻ മാഷും നിരൂപകനും എന്റെ ജ്യേഷ്ഠ സുഹൃത്തുമായ ഇ.പി. രാജഗോപാലനും അക്കാദമി സെക്രട്ടറിയും മഹാനായ ചെറുകാടിന്റെ മകനുമായ കെ.പി.മോഹനൻ മാഷും ആണ് സുഭാഷ് ചന്ദ്രൻ എന്ന എഴുത്തുകാരന്റെ വലത്തേക്ക് ക്രമത്തിൽ ഇരിക്കുന്നത്. നന്മയും സന്തോഷവും നിറഞ്ഞ ഒരു സാംസ്കാരിക ഇരിപ്പ്.

രണ്ടാമത്തെ ചിത്രത്തിലുള്ളവർ എന്റെ ബാല്യകാലം മുതൽക്കുള്ള ആത്മസ്നേഹിതരാണ്. കടുങ്ങല്ലൂരിലെ കൂട്ടുകാരനോടൊപ്പം രണ്ടു ദിവസം ചെലവിടാൻ ദുബായിലേയും അബുദാബിയിലേയും തങ്ങളുടെ തൊഴിലിടങ്ങളിൽ നിന്ന് ലീവെടുത്ത് വന്നവർ. അനിയും ശ്രീനിയും.

കഷ്ടകാലങ്ങളിൽ എന്നോടൊപ്പം നിന്നവർ. 'നീ ഞങ്ങൾക്കുവേണ്ടി ജീവിച്ചിരിക്കടാ' എന്ന് ഇക്കാലമത്രയും പറയാതെ പറഞ്ഞവർ. എനിക്ക് തീർത്താൽ തീരാത്ത കടപ്പാടുകളുള്ള ആത്മസ്നേഹിതരുടെ വലിയ പട്ടികയിൽ ആദ്യം വരുന്നവർ.

സാഹിത്യവും സംഗീതവും പോലെ സൗഹൃദവും നമ്മെ ജീവിച്ചിരിക്കാൻ പ്രേരിപ്പിക്കുന്നു. അതുകൊണ്ട് ഈ രണ്ട് ചിത്രങ്ങൾ.

ഈ അഞ്ചു പേർക്കും അബുദാബിക്കും കെട്ടിപ്പിടിച്ച് ഉമ്മ.

■

മാധുരിക്കുട്ടിക്ക് ഒരു തുറന്ന കത്ത്

പ്രിയപ്പെട്ട മാധുരീ,

മഞ്ഞക്കാർഡിൽ പെൻസിൽ കൊണ്ടെഴുതിയ നിന്റെ കത്തു കിട്ടിയപ്പോൾ മാമന് എത്ര സന്തോഷമായെന്നോ! ഒരിക്കലും കണ്ടിട്ടില്ലാത്ത, ഒരു മുൻപരിചയവുമില്ലാത്ത, എത്രയോ ദൂരെയുള്ള എന്നെ മാമൻ എന്നു വിളിച്ചതി ലുമുണ്ട് ആനന്ദം. അമ്പിളിമാമനു മാത്രം അവകാശപ്പെട്ട ആ ബഹുമതി നീ എനിക്കും ചാർത്തിത്തന്നല്ലോ.

സ്നേഹം നിറഞ്ഞ നിന്റെ കുഞ്ഞിക്കത്ത് ഒരുപാട് വലിയ കാര്യങ്ങൾ എനിക്ക് പറഞ്ഞു തന്നു. ഒന്നാം ക്ലാസു കാരിയായ മാധുരിക്കുട്ടിയിൽ നിന്നു പോലും എനിക്ക് ഒരുപാട് കാര്യങ്ങൾ പഠിക്കാനുണ്ട് എന്നതു തന്നെയാണ് അതിൽ പ്രധാനപ്പെട്ട പാഠം. സ്നേഹാദരങ്ങൾ പരസ്പരം അറിയിക്കാൻ മടിക്കരുതെന്നും സ്വന്തം മുറ്റത്തു നടുന്ന കുമ്പളവും വഴുതനയുമൊക്കെ സ്വന്തം കാര്യം മാത്ര മല്ലെന്നും മക്കളെ അക്ഷരങ്ങളുടെ സ്വർണജാലകം കാണിച്ചുകൊടുക്കുന്ന മാതാപിതാക്കൾ കേരളത്തിലു മുണ്ടെന്നും അക്ഷരത്തെറ്റില്ലാതെ മലയാളമെഴുതുന്ന

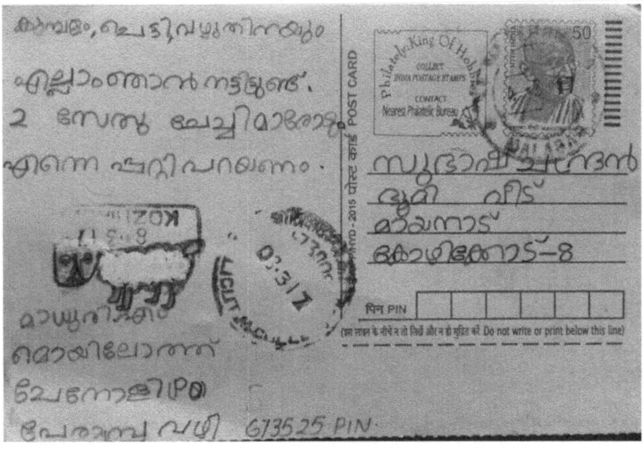

മലയാളിക്കുട്ടികൾ ഇപ്പോഴുമുണ്ടെന്നും ഇമെയിലിന്റെ കാലത്ത് കാർഡും ഇൻലൻഡും അഭിമാനത്തോടെ ഉപയോഗിക്കാമെന്നും അജ്ഞാതരായ രണ്ടു പെൺകുട്ടികളെ സ്വന്തം ചേച്ചിമാരായിത്തന്നെ നമുക്ക് പരിഗണിക്കാനാവുമെന്നും സ്നേഹം മേയുന്ന പോസ്റ്റുകാർഡിന്റെ മഞ്ഞപ്പുൽത്തകിടിയിൽ വേണമെങ്കിൽ ഒരു ആട്ടിൻകുട്ടിക്കു കൂടി മേയാൻ ഇടമുണ്ടെന്നും (നീ വരച്ച ആട്ടിൻകുട്ടി എന്നെ നോക്കി ഇമ്മേ എന്ന് ചിരിച്ചു) ഈ കുഞ്ഞക്ഷരങ്ങൾ എനിക്കു പറഞ്ഞു തന്നു.

ഈ സ്നേഹം, ഈ സന്തോഷം ലോകം മുഴുവൻ പരക്കാൻ വേണ്ടി മാത്രമാണ് നിന്റെ മൗനാനുവാദത്തോടെ ഈ കത്തും ഈ മറുപടിയും ഞാൻ ഇവിടെ പോസ്റ്റ് ചെയ്യുന്നത് .

മാധുരിക്കുട്ടിക്ക് മാത്രം വായിക്കാനുള്ള ഒരു മറുപടി ഞാൻ തപാലിലും ഒപ്പം അയയ്ക്കുന്നുണ്ട്.

മോൾക്ക് എല്ലാ നന്മകളും നേരുന്നു. നിന്റെ ലോകത്തിലെ എല്ലാവർക്കും നല്ലതു വരാൻ പ്രാർത്ഥിക്കുന്നു.

സ്വന്തം

സുഭാഷ് മാമൻ

■

ഇതാണാ വീട്

ഇതാണു ഞാനും എന്റെ ധർമ്മപത്നിയും ജീവിതം ആരംഭിച്ച വീട്. ഇതാണു ഞങ്ങളുടെ പാറുവും ലച്ചുവും പിച്ചവച്ച വീട്. കുതിരവട്ടം ചിത്തരോഗാശുപത്രിയുടെ അടുത്താകയാൽ കുറഞ്ഞ വാടകയ്ക്ക് തരപ്പെട്ട വീട്. ദേശപോഷിണി വായനശാലയുടെ ഓരത്തായതുകൊണ്ടാണെന്നു ഞാനതിനെ സാധൂകരിച്ചിരുന്ന വീട്. ഞാൻ ആദ്യമായി ഒരു ഇസ്തിരിപ്പെട്ടി വാങ്ങിക്കൊണ്ടുചെന്നപ്പോൾ ഞങ്ങളുടെ വീട്ടിലെ ആദ്യത്തെ ആർഭാട വസ്തു അതാണെന്നു തിരിച്ചറിഞ്ഞ് ഭാര്യ ആനന്ദക്കണ്ണീരണിഞ്ഞത് ഇവിടെ വച്ചായിരുന്നു. ദരിദ്രമായ എന്റെ മധുവിധുക്കാലം തിരിച്ചറിഞ്ഞപ്പോൾ, സേതുവേട്ടൻ സമ്മാനിച്ച ആ ഭംഗിയുള്ള കൊച്ചു ടു ഇൻ വൺ ഒളിമ്പിക് മെഡൽ പോലെ ഞാൻ കൊണ്ടുവന്നത് ഇങ്ങോട്ടായിരുന്നു. പാറുവും ലച്ചുവും ആദ്യമായി അച്ഛാ എന്നുച്ചരിച്ചത് ഈ പാവം ചുമരുകൾക്ക് ഇപ്പോഴും ഓർമ്മയുണ്ടാകണം. അമേരിക്ക, നോവൽസംഗ്രഹം, സന്മാർഗ്ഗം തുടങ്ങിയ കഥകൾ ഇവിടെയാണല്ലോ പിറന്നു

വീണു കരഞ്ഞത്! ഇതിന്റെ ചുമരിലാണല്ലോ ഞങ്ങൾ 'കളിവീട്' എന്നൊരു കൈയെഴുത്ത് ഒട്ടിച്ചിരുന്നത്. ആദ്യത്തെ മഴയിൽ ഓടയിൽ നിന്നു അകത്തേക്കു തിരയടിച്ച മലിനജലം, തിരിച്ചെടുക്കാനാവാത്ത വിധം 'മനുഷ്യനൊരാമുഖ'ത്തിന്റെ ആദ്യത്തെ കൈയെഴുത്തുപ്രതികളെ നശിപ്പിച്ചുകളഞ്ഞതും ഇവിടെ വച്ചുതന്നെ!

പ്രിയപ്പെട്ടവരേ, ഞാൻ ഇവിടെ ഇത്രയും എഴുതിയത് പോയകാലത്തെയോർത്ത് നെടുവീർപ്പിടാനല്ല. കൊച്ചുകൊച്ചു ജീവിതപ്രശ്നങ്ങൾ മുന്നിലെത്തുന്ന നേരത്ത്, ആകെ ഉലഞ്ഞുപോകുന്ന ഒരു ഘട്ടത്തിലൂടെ നിങ്ങളും കടന്നുപോയേക്കാം. അപ്പോൾ ഈ ചെറിയ ചിത്രവും ഈ ചെറുകുറിപ്പും നിങ്ങൾക്ക് ഉപകരിച്ചേക്കാം. കടം മുഴുവൻ തീർത്ത കാറിൽ ഇരുന്ന്, നോവൽ വായിച്ച ആദരത്തിൽ ഒരു ആരാധിക ഭർത്താവിനൊപ്പം വന്നു സമ്മാനിച്ച പുത്തൻ ഐ ഫോൺ സെവൻ കൊണ്ടെടുത്ത ചിത്രമാണിത് എന്നു ഞാൻ എഴുതുന്നത് കണ്ണീരോടെയാണ്, ആനന്ദക്കണ്ണീരോടെ!

സന്തോഷം നിറഞ്ഞ ഞായറാഴ്ച്ച ആശംസിക്കുന്നു. ■

കാലാതീതമായ കരുണയ്ക്ക് ഒരു ഗാനം

കുട്ടിക്കാലം മുതൽക്കേ എന്റെ പിന്നണിയിൽ അവൻ മുഴങ്ങിയിരുന്നു: യേശുവായും യേശുദാസായും. പീയൂസ് എന്നു പേരുള്ള, കാഴ്ചയിൽത്തന്നെ ഏറെ പയസ്സായ (pious) ഒരു ബാല്യകാലസുഹൃത്തിൽ നിന്നാണ് യേശുവിനെക്കുറിച്ച് ഞാൻ ആദ്യം കേൾക്കുന്നത് രണ്ടാം ക്ലാസിൽ വച്ച്.

"യേശുവിനു പച്ചവെള്ളത്തെ വീഞ്ഞാക്കാൻ പറ്റും." എന്ന് അവൻ പറഞ്ഞപ്പോൾ ഞാനും വീട്ടിലെത്തി അതിനു ശ്രമിച്ച് പരിഹാസം കേട്ടു. ഗ്ലാസിലെ വെള്ളത്തിനുമീതെ കണ്ണടച്ച് ആത്മാർത്ഥമായി പ്രാർത്ഥിച്ച് കണ്ണു തുറന്നപ്പോഴും എന്റെ വെള്ളം വെള്ളമായി തുടരുന്നതു കണ്ട് ചേച്ചിമാർ പൊട്ടിച്ചിരിച്ചു.

പീയൂസിനെ സ്കൂൾക്കാലം കഴിഞ്ഞതിൽപ്പിന്നെ ഞാൻ കണ്ടിട്ടില്ല. പെരിക്കാപ്പാലത്തിനപ്പുറത്തെ അവന്റെ വീടിനു മുന്നിൽ കാർ നിർത്തി ഒരിക്കൽ അന്വേഷിച്ചപ്പോൾ ഒരു ചെറിയ പെൺകുട്ടി അവൻ ഇപ്പോൾ വൈദികനാണെന്നു പറഞ്ഞു. പച്ചവെള്ളം പോലെ പാവത്താനായിരുന്ന പീയൂസിനെ വൈദികവൃത്തിയുടെ വീഞ്ഞിലേക്ക് പരിവർത്തിപ്പിച്ച കാലം അപ്പോൾ മറ്റൊരു യേശുവായി!

ഞാനും ഏറെ മാറിയിരിക്കുന്നു. കർത്താവിന്റെ പടമൊട്ടിച്ച മ്ലാന മായ ചുമരിനു മുന്നിൽ വിഷാദിയായി കുത്തിയിരുന്ന ആ ഇരുപതു കാരന്റെ മേലും കാലത്തിന്റെ കരസ്പർശം പതിഞ്ഞിട്ടുണ്ടാകണം. കല്യാണം കഴിച്ച പെൺകുട്ടി അലമാരയുടെ ഉൾക്കതകിൽ അന്നേ ഒട്ടിച്ചു വച്ച യേശുവിന്റെ ചിത്രം അവിടെത്തന്നെയുണ്ടോ എന്ന് ഏറെക്കാല ത്തിനുശേഷം ഞാൻ നോക്കി. അവൻ ഇപ്പോഴും എന്നെ നോക്കി മന്ദഹ സിച്ചു.

ക്രിസ്മസ് ആഘോഷിക്കാൻ ഞങ്ങൾ ഉണ്ടാക്കി വച്ച മുന്തിരിവീഞ്ഞു മായി പഴയമട്ടിൽ എന്നെ പോസു ചെയ്യിച്ച് ഇന്ന് മകൾ പകർത്തിയ ചിത്രം ഇതാ.

ഓർമ്മകളുടെ പച്ചവെള്ളത്തെ സാഹിത്യത്തിന്റെ മുന്തിരിച്ചാറാക്കാൻ ശ്രമിക്കുന്ന, ഗ്രന്ഥ'കർത്താവ്' ആയി കാലം എന്നേയും പരിവർത്തിപ്പി ച്ചിരിക്കുന്നു.

എല്ലാവർക്കും ചിയേഴ്സ്! ഹാപ്പി ക്രിസ്മസ്!

■

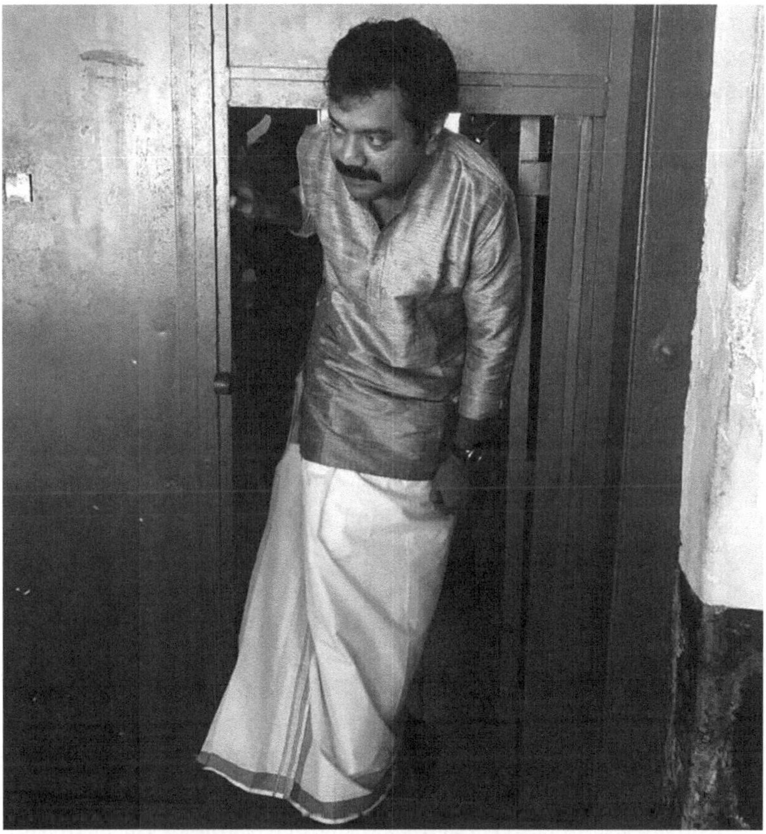

ജയിലിന്റെ ഉള്ളിൽ

ഇന്ന് ആദ്യമായി ഞാൻ കോഴിക്കോട്ടെ ജില്ലാ ജയിലിന്റെ ഉള്ളുകണ്ടു.

17 ദിവസം നിണ്ടുനിൽക്കുന്ന വിപുലമായ ജയിൽദിനാഘോഷങ്ങളുടെ ഉദ്ഘാടനത്തിനാണ് ജയിൽ സൂപ്രണ്ടും എന്റെ സുഹൃത്തുമായ അനിൽ കുമാർ എന്നെ ക്ഷണിച്ചത്. മുന്നൂറ്റി അൻപതോളം അന്തേവാസികൾക്കു മുന്നിൽ, കാക്കിയിട്ട ഉദ്യോഗസ്ഥർക്കൊപ്പം വിളക്കു കൊളുത്താനുള്ള ഊഴവും കാത്തിരിക്കുമ്പോൾ, ഞാൻ ആ മനുഷ്യമുഖങ്ങളെ അവരറിയാതെ ഓരോന്നായി നിരീക്ഷിക്കുകയായിരുന്നു. ഒരിക്കൽ കോളേജുപ്രിൻസിപ്പാളായിരുന്ന,

തമ്പുരാൻ എന്ന കൗതുകമുള്ളൊരു പേരുള്ള വൃദ്ധൻ മുതൽ തന്നേക്കാൾ പത്തുവയസ്സിനിളപ്പമുള്ള കാമുകനുമൊത്ത് കള്ളനോട്ടുകേസിൽ പിടിയിലായി ഇന്നലെ അങ്ങോട്ടെത്തിയ സുന്ദരിയായ യുവതിവരെ സദസ്സിൽ... പിന്നെ വീണുപൊട്ടിയ ചിരിയും പൊട്ടിവീണ ജീവിതവുമായി പലമട്ടിൽ ഒരേ ഏകാന്തത പേറുന്ന നൂറു കണക്കിനു പച്ചമനുഷ്യരും.

'ആഘോഷ'മെന്ന് പേരുള്ള ഇത്തരമൊരു ഒത്തുകൂടലിനു മുന്നിൽ ഞാൻ ഒരു നിമിഷം വികാരവിചാരങ്ങളറ്റവനായി നിന്നു. ഒരു വാക്കു മാത്രമാണ് ഉള്ളിൽ നീറിയത്: മനുഷ്യൻ! മറ്റൊരു ജന്തുവിനും ഇങ്ങനെ സ്വന്തം കൂട്ടരാൽ സൃഷ്ടിക്കപ്പെട്ട തടവറകളില്ല! ശിക്ഷാമുറകളില്ല. തൂക്കിക്കൊലയുമില്ല.

ഞാനവരോട് ഒരു മണിക്കൂറോളം സംസാരിച്ചു. ഏതു തടവറയ്ക്കുള്ളിലും വാക്കുകൾ, വാക്കുകൾ, വാക്കുകൾ മനുഷ്യമുഖങ്ങളിൽ പ്രകാശം പരത്തുമെന്ന സത്യം ഞാൻ കണ്ടുപിടിച്ചു.

(എഡിസൺ വൈദ്യുത ഫിലമെന്റിൽ വെളിച്ചം കണ്ടുപിടിച്ചു. ഞങ്ങൾ എഴുത്തുകാർ മനുഷ്യാത്മാവിൽ വെളിച്ചം വിതച്ചു)

ചടങ്ങു കഴിഞ്ഞു പുറത്തിറങ്ങുമ്പോൾ, മുഴുവനായി തുറന്ന കവാടം ഒരു കൗതുകത്തിനായി ഞാൻ അടപ്പിച്ചു. പിന്നെ നീഷേയും ദസ്തയെവ്സ്കിയും അടക്കമുള്ള നൂറുകണക്കിനെഴുത്തുകാർ തല കുനിച്ചും ഞെരുങ്ങിയും അകത്തേക്കും പുറത്തേക്കും കയറി ഇറങ്ങിയിട്ടുള്ള കുപ്രസിദ്ധമായ പാപിക്കവാടത്തിന്റെ ഈ കോഴിക്കോടൻ പതിപ്പിലൂടെ തലതാഴ്ത്തി പുറത്തേക്കിറങ്ങി നമുക്കു മനസ്സിലാകാത്ത ഏതേതോ കാരണങ്ങളാൽ, ഒരലട്ടുമില്ലാതെ ആയിരക്കണക്കിനു പാപികളും വഞ്ചകരും നിർഭയം വിഹരിക്കുന്ന ഈ തുറന്ന ലോകത്തിലേക്ക്.

പുനർജ്ജന്മത്തിലോ പരലോകത്തിലോ എനിക്കു വിശ്വാസമില്ല. എന്നാൽ അതു രണ്ടും ഈ ഭൂമിയിൽ തന്നെ സാധ്യമാണ് എന്നെനിക്കുറപ്പുണ്ട്. തടവറയിലെ മനുഷ്യാത്മാക്കളോട് അതുമാത്രമാണ് ഞാൻ പറഞ്ഞത്:

പുറത്തു വരൂ. ലോകം എങ്ങനേയുമായിക്കൊള്ളട്ടെ. ഇവിടെ മനുഷ്യനുമാത്രം സാധിക്കുന്ന സ്നേഹമെന്ന ആ മഹത്തായ വെളിച്ചം സൃഷ്ടിക്കാൻ ഒന്നു ശ്രമിക്കുകയെങ്കിലും ചെയ്തശേഷം മരിക്കൂ!

■

നബിദിനാശംസകൾ!

ലോ

കനന്മയ്ക്കായി പിറന്ന വലിയൊരുവന്റെ ജന്മദിനമാണ് ഇന്ന്. മനുഷ്യരാശിയുടെ മൃഗസമാനമായ ജീവിതത്തെ മനുഷ്യത്വത്തിലേക്ക് ഉയർത്താൻ യുഗങ്ങൾ തോറും പിറക്കുന്ന കരുണാമൂർത്തികളിൽ ഒരാൾ. വാക്കു കൊണ്ടും പ്രവൃത്തികൊണ്ടും വെളിച്ചം സൃഷ്ടിച്ച മുഹമ്മദ് നബി.

അത്തരം മഹത്തുക്കൾ കാലാകാലങ്ങളിൽ ലോകത്തിൽ എല്ലായിടത്തും പിറന്നു ജീവിച്ചു മരിച്ചു. നബിയായും ക്രിസ്തുവായും ശ്രീരാമനായും ബുദ്ധനായും ഗാന്ധിയായും അവർ വന്നു. നമ്മൾ അവർ മരിക്കും വരെ ക്ഷമയോടെ കാത്തുനിന്നു. പിന്നെ അവരുടെ പേരിൽ സംഘങ്ങളുണ്ടാക്കി പഴയമട്ടിൽ നമ്മുടെ മൃഗീയത തുടർന്നു.

പ്രിയരേ, ഈ നബിദിനപ്പുലർച്ചയിൽ മുകൾ നിലയിലെ എന്റെ കിടപ്പുമുറിയിലൂടെ മുറ്റത്തെ പ്ലാവിന്റെ മേച്ചില്ലകൾ നോക്കി വെറുതെ നിൽക്കുമ്പോൾ പടച്ച തമ്പുരാൻ എന്നെ ഒരു ദൃശ്യം കാണിച്ചുതന്നു. ചില്ലകൾക്കിടയിൽ വലയുണ്ടാക്കി സ്വസ്ഥമായി പ്രാതലിനു കാത്തിരിക്കുന്ന ചിലന്തികളും പ്ലാവിൽ പാഞ്ഞുനടക്കുന്ന രണ്ട് അണ്ണാറക്കണ്ണന്മാരും ചേർന്ന് വലിയൊരു പാഠം പഠിപ്പിച്ചുതന്നു. ചില്ലകളിൽ നിന്ന് ചില്ലകളിലേക്ക് ഉഴറിയോടുമ്പോഴും ആ അണ്ണാറക്കണ്ണന്മാർ അറിയാതെ പോലും വട്ടം നിൽക്കുന്ന ചിലന്തികളുടെ വല പൊട്ടിക്കുന്നില്ല. സ്വന്തം കൊറ്റു തേടിയുള്ള പരക്കം പാച്ചിലിനിടയിലും മറ്റൊരുവന്റെ സ്വാസ്ഥ്യത്തിൽ തലയും കാലും വാലും മുട്ടാതിരിക്കാൻ അവ ശ്രദ്ധിക്കുന്നു.

ദൈവമേ, നീയെത്ര വലിയവൻ എന്ന് കമ്യൂണിസ്റ്റുമനസ്സുള്ള എന്നെക്കൊണ്ടും ഈ ക്ഷുദ്രജന്മങ്ങൾ പറയിപ്പിക്കുന്നു. പ്ലാവാ സമസ്താ സുഖിനോ ഭവന്തു എന്ന മന്ത്രം പ്ലാവിൽ നിന്നു മുഴങ്ങുന്നു.

ഈ പാട്ട് ഞാൻ ഇതാ ആ കാഴ്ച്ചയിൽ നിന്നു പാടിയതാണ്. മനുഷ്യൻ എന്തെന്നറിയാവുന്നവരും ദൈവം എന്തെന്നറിയുന്നവരും ഇതു കേൾക്കുക. കാരണം അതറിയാവുന്ന വലിയൊരാളുടെ ജന്മദിനമാണിന്ന്. ആ വലിയ പേരിനെ, ആ വലിയ നേരിനെ വെറുക്കാതിരിക്കുക. വെറുപ്പിക്കാതിരിക്കുക.

■

ചിരി തരാം

ഞാനൊരിക്കൽ കർത്താവിനോട് ചോദിച്ചു. “അങ്ങയെ വരച്ചു പകർത്തിയ വലിയ കലാകാരന്മാരിൽ ഒരാൾ പോലും ചിരിക്കുന്ന കർത്താവിനെ ചിത്രീകരിക്കാഞ്ഞതെന്ത്? മുപ്പത്തിമൂന്നു വർഷങ്ങളിലെ ഒരു നിമിഷത്തിൽ പോലും അങ്ങ് ചിരിച്ചിട്ടില്ലെന്നു വരുമോ?”

മറുപടിയായി, മറ്റാർക്കും കാണിച്ചു കൊടുക്കരുതെന്ന ഉറപ്പിൽ അദ്ദേഹം ഈ ചിത്രവും ആ സന്ദർഭവും എനിക്ക് തന്നു. മറ്റാർക്കും കൈമാറരുതെന്ന ഉറപ്പിൽ ഞാൻ അതെന്റെ പ്രിയ സ്നേഹിതർക്ക് കൈമാറുന്നു. ഈ സന്ദർഭം തിരുജീവിതത്തിൽ നിന്ന് ഊഹിച്ചു പറയുന്നവർക്ക് ഞാനും തരും എന്റെ ഒരു ചിരിച്ചിത്രം. ഷെയർ ചെയ്ത് ഉത്തരം ഹണ്ട് ചെയ്യൂ അഥവാ ഹണ്ടെത്തൂ!

■

ഒരച്ഛൻ മകൾക്കയച്ച പാട്ടുകൾ

1972 ൽ, എന്റെ ജന്മവർഷത്തിലാണ്, അമർ പ്രേം എന്ന ഹിന്ദി സിനിമയും പുറത്തിറങ്ങിയത്. എന്റെ എക്കാലത്തേയും പ്രിയപ്പെട്ട ഹിന്ദി ഗാനങ്ങളിലൊന്ന് ആ സിനിമയിലേതായത് യാദൃച്ഛികമാകാം.

45 വർഷങ്ങൾക്കിപ്പുറം, ആ പാട്ടിനു ജന്മം നൽകിയവരിൽ, അത് അഭിനയിച്ചവരിൽ, ആകെ ബാക്കിയുള്ളത് ശർമ്മിള ടാഗോർ മാത്രമാണ്. ആർ ഡി ബർമ്മനും ആനന്ദ് ബക്ഷിയും കിശോർകുമാറും രാജേഷ് ഖന്നയും ശക്തി സാമന്തയും കാലത്തിലേക്ക് മുങ്ങിമറഞ്ഞിട്ടും "ചിങ്കാരീ കൊയി..." എന്ന ആ ഹൃദ്യവിഷാദം നമ്മുടെ മനസ്സിൽ ഇന്നും തിരയടിക്കുന്നു. എനിക്കെന്ന പോലെ എന്റെ മക്കളുടെയും പ്രിയ ഗാനങ്ങളിലൊന്നായി ചിങ്കാരീ നിലനിൽക്കുന്നു.

മൂത്തമകളുടെ കഴിഞ്ഞ പിറന്നാളിന് സമ്മാനിച്ചത് കിഷോർ ദായുടെ സമ്പൂർണ ഗാനങ്ങളുടെ ശേഖരമായിരുന്നു. അച്ഛനോട് ലോകത്തിലെ എല്ലാ പെണ്മക്കൾക്കുമുള്ള അമിത സ്നേഹത്താലാകാം അതിൽ ചില ഗാനങ്ങൾ കിഷോർ ദായേക്കാൾ എന്റെ സ്വരത്തിൽ കേൾക്കാനാണ് കൂടുതൽ ഇഷ്ടമെന്ന് അവർ പറയാറുണ്ട്. (സ്നേഹം ചിലപ്പോൾ നമ്മെ തെറ്റായ ന്യായവിധികളിലേക്കും എത്തിക്കുന്നു)

■

സുകുമാരി

കാതിലും കഴുത്തിലും ഒരു നുള്ളു പൊന്നില്ലാതെ, കരിയെഴുതാത്ത കണ്ണുകളിൽ കണ്ണീർപ്പാടുകളുള്ള അമ്മയായി അവർ ചില സിനിമകളിൽ പ്രത്യക്ഷയാകുമ്പോൾ, മുതിർന്ന കാര്യം ഓർക്കാതെ എന്റെ ആത്മാവ് എന്തിനോ വാവിട്ടു നിലവിളിച്ചിരുന്നു? ■

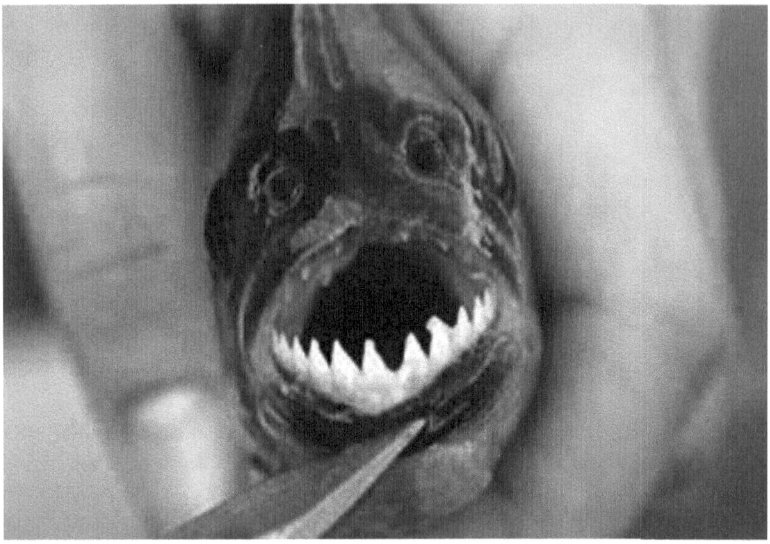

സ്വയം

മുഷ്ടിയിലെടുത്തവൻ
പിരാനാ മത്സ്യത്തിനെ

തുഷ്ടിയാൽ ചലിപ്പിച്ചൂ
മുന്നോട്ടുംപിന്നോട്ടുമായ്.

കാണ്മതുണ്ടയ്യോ മത്സ്യം
വാതുറക്കുന്നൂ, വായിൽ

ആണ്മ തൻ കൊടുംദംഷ്ട്ര
കേലകൾ ഒലിപ്പിച്ചൂ!

ഏറ്റവും ക്രൗര്യം പേറും
മത്സ്യമെന്നിതിനെ നാം

എങ്ങനെ പേരിട്ടെന്നു
കണ്ടു ഞാനറിയുന്നു!? ■

ഒരു കുഞ്ഞു സന്തോഷം; എല്ലാ കൂട്ടുകാരും അറിയാൻ

പത്തുവർഷത്തെ കോൺവെന്റ് പഠനത്തിനു ശേഷം രണ്ടു മക്കളെയും ഞങ്ങൾ സർക്കാർ പള്ളിക്കൂടങ്ങളിലാണ് പ്ലസ് ടു പഠിപ്പിച്ചത്. മൂത്തയാളെപ്പോലെ, ഇളയവളും ഈ വർഷം 97 ശതമാനം മാർക്കോടെ പ്ലസ് ടു വിജയിച്ചു. മൂത്തയാൾ, പാറുക്കുട്ടി, സയൻസും കണക്കും പഠിച്ചിട്ട് സാഹിത്യത്തിലേക്ക് ചേക്കേറിയ കഥ ഞാൻ മുമ്പ് എഴുതിയിരുന്നല്ലോ. കേരളത്തിലെ ആയിരക്കണക്കിനു രക്ഷിതാക്കൾക്കും പ്ലസ് ടു കുട്ടികൾക്കും പ്രചോദനമായിത്തീർന്ന ആ ചെറുകുറിപ്പ് എന്റെ ഇളയവളേയും ആവേശിച്ചിരുന്നു. സയൻസിനും

കണക്കിനും തലവച്ചുകൊടുക്കാതെ നേരെ ലിറ്ററേച്ചറും മീഡിയയും മെയിൻ ആക്കി പ്ലസ് ടു പഠിക്കാൻ ചെറുതിന്, ഞങ്ങളുടെ ലക്ഷ്മിക്കുട്ടിയമ്മയ്ക്ക്, അന്നത്തെ പോസ്റ്റ് അന്നേ ധൈര്യം കൊടുത്തിരുന്നു. മുഴുവൻ എ പ്ലസ്സോടെ ഇപ്പോൾ വിജയിച്ച അവളും ചേച്ചിയെപ്പോലെ ബാംഗ്ലൂർ ക്രൈസ്റ്റ് യൂണിവേഴ്സിറ്റിയിൽ സാഹിത്യപഠനത്തിനു പ്രവേശനം നേടിയിരിക്കുന്നു.

തലക്കെട്ടിൽ പറഞ്ഞ ആ സന്തോഷം പക്ഷേ ഇതൊന്നുമല്ല. ഹോസ്റ്റൽ വാസത്തിനുള്ള അത്യാവശ്യ വസ്തുക്കൾ വാങ്ങി ഇന്നലെ നഗരത്തിൽ നിന്നു മടങ്ങുമ്പോൾ അവൾ പഠിച്ച സർക്കാർ സ്കൂളിനു മുന്നിലൂടെ ഒരിക്കൽക്കൂടി പോകാൻ മകൾ ആഗ്രഹം പറഞ്ഞു. ഓടുമേഞ്ഞ സ്കൂളിനു മുന്നിൽ വണ്ടി നിർത്തിയപ്പോൾ കവാടത്തിൽ വലിച്ചുകെട്ടിയ ഒരു കുഞ്ഞു ബാനർ: നാനൂറോളം കുട്ടികൾ പരീക്ഷയെഴുതിയ സ്കൂളിൽ നാലു പേർ ഫുൾ എ പ്ലസ് വാങ്ങിയ അഭിമാനം! (ഞാൻ പടിഞ്ഞാറെ കടുങ്ങല്ലൂർ സർക്കാർ ഹൈസ്കൂളിനെ ഓർത്തു. പണ്ടുപണ്ട്, ഓന്തുകൾക്കും ദിനോസറുകൾക്കും ഫ്ളക്സുകൾക്കും മുമ്പ്... 87 ലെ എസ്.എസ്.സിക്ക് അവിടെയും ആകെ നാലു ഫസ്റ്റ് ക്ലാസ്! ഞാനടക്കം)

എന്റെ കുഞ്ഞേ, കാലം നിന്നിലൂടെ എന്നെ ആവർത്തിക്കുന്നു! എത്ര വിസ്മയം!

മകളേ, മറ്റുള്ളവർക്ക് പൊങ്ങച്ചം എന്നു തോന്നിച്ചേക്കാവുന്ന ഒന്നിന്റെ പേരല്ല അഭിമാനം. നമ്മുടെ നേട്ടം എപ്പോൾ മുഴുവൻ ലോകത്തിനും വെളിച്ചമാകുന്നുവോ അപ്പോൾ മാത്രമേ അതിനെ അഭിമാനമെന്നു വിളിക്കാവൂ. നിന്നിൽ ഞാൻ അഭിമാനിക്കുന്നത് ഈ നേട്ടം മുഴുവൻ മലയാളികൾക്കും പ്രചോദനമാകും എന്നതിലാണ്.

നിനക്ക് ഉമ്മ. ലോകത്തെ മുഴുവൻ മക്കൾക്കും!

■

എല്ലാ സ്ത്രീകൾക്കും

വജൈന മോണോ ലോഗ് എന്ന കൃതിയിലൂടെ ലോക പ്രശസ്തയായ ഈവ് എൻസ്ലർ എഴുതിയ ഒരു കുഞ്ഞു കവിത ഇന്ന് ഒരു സുഹൃത്ത് അയച്ചുതന്നു. നമ്മുടെ പി.ഭാസ്ക്കരൻ മാഷുടെ അനന്തരവളായ ശ്രീമതി ജ്യോതി.

വായിച്ചപ്പോഴുണ്ടായ രസം മുറിയുംമുമ്പ് അത് ഞാൻ ചുമ്മാ മലയാളത്തിലാക്കി. ഒറിജിനലും തർജമയും ഇവിടെ കൊടുക്കുന്നു. രണ്ട് അസ്സൽ സ്ത്രീകൾക്കും ഒരു സലാമും.

'Don't tell me not to cry
To calm it down
Not to be etxreme
To be reasonable

I am an emotional creature
It's how the earth got made
How the wind continues to pollinate
You don't tell the Atlantic Ocean to behave "

- Eve Ensler

കരച്ചിൽ മതിയാക്കുകെന്നെന്നോടു ചൊല്ലായ്ക നീ
അടക്കം ശീലിക്കാനും അമിതം വെടിയാനും.
ഞാനൊരുവികാരോഗ്ര ജീവി,യെന്നാത്മാവിനെപ്പോ-
ലാണത്രെ മണ്ണും മണ്ണിൽ വിത്തിന്റെ കാറ്റോട്ടവും.
ആകയാൽ പറയാതെ, അറ്റ്ലാന്റിക് സമുദ്രത്തോ-
ടാടാതെ, പാടാതെയൊന്നടങ്ങിക്കിടക്കുവാൻ!

കരൺജിത് കൗർ എന്ന പഞ്ചാബി സ്ത്രീ സണ്ണി ലയോണി എന്ന അമേരിക്കക്കാരി ആകുമ്പോൾ

സുനിതാവില്യംസ് രണ്ടാമതും ബഹികാശത്തേക്ക് യാത്ര പുറപ്പെട്ടിരിക്കുന്ന അവസരത്തിലാണ് ഈ കുറിപ്പ് എഴുതുന്നത്. ജന്മംകൊണ്ട് പകുതി ഇന്ത്യക്കാരിയാണ് സുനിത എന്ന വിജൃംഭണം രാജ്യത്തെ മിക്കവാറും എല്ലാ വാർത്താമാധ്യമങ്ങളും കൊണ്ടാടുന്നതു കാണുമ്പോൾ സന്തോഷം തന്നെ. വിദേശമാധ്യമങ്ങളിൽ പക്ഷേ നമ്മെക്കുറിച്ചുള്ള മതിപ്പിന്റെ സ്ഥിതി മറിച്ചാണ് എപ്പോഴും. സച്ചിനേയും അമിതാഭ് ബച്ചനേയും വ്യക്തിമഹത്ത്വത്തിന്റെ മെഴുകു പ്രതിമകളാക്കി അവർ മ്യൂസിയങ്ങളിൽ പ്രതിഷ്ഠിക്കും, ഒപ്പം ഏതെങ്കിലുമൊരു കുറ്റകൃത്യത്തിൽ പേരു ചാർത്തപ്പെടുന്ന ഇന്ത്യക്കാരനെ അവർ 'ബ്ലഡി ഇന്ത്യൻ' എന്ന പൊതുസംജ്ഞ ചാർത്തിക്കൊടുത്ത് ഒരു രാജ്യത്തെ ഒന്നാകെ പ്രതിയാക്കുകയും ചെയ്യും. നേട്ടമെല്ലാം വ്യക്തിസ്വഭാവമായും കോട്ടങ്ങൾ ദേശസ്വഭാവമായും എടുത്തു കാണിക്കുന്ന ഈ മനോഭാവം 'അറിയാതെ' പറ്റുന്ന ഒരു അബദ്ധമല്ല, തീർച്ച. എന്നാൽ തൊലി വെളുത്തവന്റെ ഈയൊരു ധാർഷ്ട്യത്തിന് സ്തുതി പാടുകയും തമ്പ്രാന്റെ മോതിരക്കൈ കൊണ്ടുള്ള പ്രഹരം പ്രഹർഷത്തോടെ സ്വീകരിക്കുകയും ചെയ്യുന്ന നമ്മൾ മൂന്നാം ലോക പരിഷകൾക്ക്, നമ്മൾ കൂട്ടുനിൽക്കുന്നത് ഏതൊരു അപരാധത്തിനാണെന്ന് ഇനിയും പിടി കിട്ടിയിട്ടില്ല. ആ പട്ടികയിലേക്കുള്ള ഏറ്റവും പുതിയ കടന്നിരിപ്പാണ് സണ്ണി ലയോണി എന്ന വേശ്യാനടിയുടെ ഇന്ത്യൻ സിനിമയിലേക്കുള്ള കുടിയേറ്റം.

കാനഡയിലും അമേരിക്കയിലുമായി ഇരട്ട പൗരത്വം കൈയാളുന്ന സണ്ണി ലയോണി എന്ന മാദകസുന്ദരി ജന്മം കൊണ്ട് ഇന്ത്യക്കാരിയാണെന്ന കാര്യം സുനിതാ വില്യംസിന്റെ വാർത്ത കാണുമ്പോഴൊക്കെയും ഞാൻ ഓർമ്മിക്കുന്നു. സണ്ണിയുടെ യഥാർത്ഥ പേർ കരൺജിത്ത് കൗർ എന്നാണ്. അസ്സൽ പഞ്ചാബികളായുള്ള അച്ഛനമ്മമാർക്കു പിറന്ന അവൾ ലോകമാകമാനമുള്ള നീലച്ചിത്രപ്രേക്ഷകരുടെ കണ്ണിലുണ്ണിയായി മാറിയത് സണ്ണി ലയോണി എന്ന പേരിലാണ്. കൗർ എന്ന പഞ്ചാബി വാക്കിന്റെ അർത്ഥം പെൺസിംഹം എന്നാണത്രേ. ഒരു പഞ്ചാബിയാകുന്നതിന്റെ, ഒരു 'സിംഹി'ന്റെ പെണ്ണാകുന്നതിലുള്ള അഭിമാനം മുഴുവൻ നിറഞ്ഞുനിൽക്കുന്ന വാക്ക് - സിംഹി! ലയണിൽനിന്നു ലയോണി എന്ന വാക്കുണ്ടാക്കിയപ്പോൾ അവൾ പരോക്ഷമായി ചെയ്തതും അതു തന്നെ. രതിയുടെ കൊടുങ്കാട്ടിൽ ഒരു സിംഹിയായി വേഷം കെട്ടുമ്പോൾ അവൾ അറിയാതെ അവളുടെ പിതൃഭൂമിയെ, അതിന്റെ ഭാഷാമൂലങ്ങളെ ആദരിച്ചു പോയതാകാം. എന്നാൽ നാം ചർച്ച ചെയ്യുന്ന പ്രമേയം ഈ പേരുമാറ്റത്തിന്റെ കൗതുകമല്ല. വരുംകാലത്ത് നമ്മുടെ പെൺകുഞ്ഞുങ്ങളെ സന്ദിഗ്ധതയിലേക്കു പിടിച്ചുമുക്കാനിരിക്കുന്ന വിഷം നിറഞ്ഞ ഒരു നീല സമുദ്രത്തിൽനിന്നാണ് ഇവൾ ഉയിർക്കൊണ്ടിരിക്കുന്നത് എന്നതാണ് ഭീകരം. അതിന് ഉത്തരവാദി തീർച്ചയായും പണ്ടേക്കു പണ്ടേ ഇന്ത്യ വിട്ട് അങ്ങു കാനഡയിൽ കുടിയേറിയ അവളുടെ അച്ഛനമ്മമാരല്ല. പിന്നെയോ ഇങ്ങ് ഇന്ത്യയിലിരുന്ന് വലിയൊരു ചരടുവലിയിലൂടെ ഈ

രതിദേവതയെ ഇന്ത്യയിലേക്ക് പറത്തിക്കൊണ്ടുവന്ന ഒരച്ഛനും മകളുമാണ്. മഹേഷ് ഭട്ട്, പൂജാ ഭട്ട് എന്നിങ്ങനെയാകുന്നു യഥാക്രമം അവരുടെ പേരുകൾ.

അസാന്മാർഗത്തിലേക്ക് ഇന്ത്യൻ ചേതനയെ പിടിച്ചു വലിച്ചു വീഴ്ത്തി അതിനെ അരച്ചു പണമാക്കി പരിവർത്തിപ്പിക്കുന്ന ഒരു പുതിയ ആൽക്കെമി കണ്ടെത്തിയ പുതിയ കാലത്തിന്റെ ഭട്ടാചാര്യനാകുന്നു മഹേഷ് ഭട്ട്. കളേഴ്സ് എന്ന ഉത്തരേന്ത്യൻ ചാനലിൽ നഗ്നത വിറ്റു കാശാക്കുന്ന ബിഗ് ബോസ് എന്ന റിയാലിറ്റി ഷോയിൽ സണ്ണി ലയോണി എന്ന വിദേശ സുന്ദരി പ്രത്യക്ഷപ്പെട്ടപ്പോൾ അവളെ തിരിച്ചറിഞ്ഞത് സ്ഥിരമായി അശ്ലീല സൈറ്റുകൾ സന്ദർശിക്കുന്ന കുറച്ച് ഞരമ്പുരോഗികൾ മാത്രമായിരിക്കണം. എന്നാൽ സണ്ണി ലയോണിയെ പരസ്യമായി തന്റെ അടുത്ത സിനിമയിലേക്ക് ചാനലിലൂടെ തന്നെ ക്ഷണിച്ചുകൊണ്ട് മഹേഷ് ഭട്ട് അവളെ പെട്ടെന്ന് പൊതുജനശ്രദ്ധയുടെ വെള്ളിവെളിച്ചത്തിലേക്ക് ഉയർത്തി. തന്റെ മകൾ സംവിധാനം ചെയ്യുന്ന അടുത്ത സിനിമയിൽ നായികയായി ക്ഷണിച്ചു കൊണ്ട് കോടികൾ പ്രതിഫലം പറ്റുന്ന് ഈ രതിറാണിയെ അയാൾ പൊടുന്നനെ ഒരവതാരത്തിന്റെ പരിവേഷത്തിലേക്ക് എടുത്തു പൊക്കുകയായിരുന്നു. ജോൺ എബ്രഹാമും ബിപാഷ ബസുവും അഭിനയിച്ച ജിസ്മ് എന്ന ചിത്രത്തിന്റെ രണ്ടാം ഭാഗമായ ജിസ്മ് രണ്ടിൽ അങ്ങനെ സണ്ണി ലയോണി കരാർ ചെയ്യപ്പെട്ടു. സെൻസർഷിപ്പിന്റെ കുരുക്കുകളിൽ നിന്ന് പുറത്തുവരാൻ പഠിച്ച പണി പതിനെട്ടും പയറ്റുന്ന ഈ സിനിമയിലെ പാട്ടുകളാണ് ഇപ്പോൾ ചാനലായ ചാനലുകളിലും യുട്യൂബ് തുടങ്ങിയ പുത്തൻ ദൃശ്യവിഹാരങ്ങളിലും പ്രധാന ആകർഷണം. സണ്ണി ലയോണി എന്ന പെണ്ണിനെ നായികയായി കാണുന്ന പുതിയ ഇന്ത്യൻ തലമുറ കമ്പ്യൂട്ടർ മൗസിന്റെ രണ്ടാമത്തെ ക്ലിക്കിലൂടെ ലക്ഷക്കണക്കിന് പോൺ സൈറ്റുകളിൽ സ്ഥിരം പ്രദർശനമുള്ള സണ്ണി ലയോണി എന്ന കരൺജിത്ത് കൗറിന്റെ സിംഹകേളികളിലേക്ക് അനായാസം ചെന്നെത്തും. കോടിക്കണക്കിന് രൂപമുടക്കി ഇന്ത്യയിലെ ഒന്നാംകിട സിനിമാ നിർമ്മാതാക്കളിൽ ഒരാൾ അവതരിപ്പിക്കുകയും സ്വന്തം മകൾ സംവിധാനം നിർവഹിച്ച ചിത്രത്തിൽ തുണിയില്ലാതെ അഭിനയിപ്പിക്കുകയും ചെയ്ത ഒരുവൾക്ക് ഒരു മാന്യപദവി അബോധപരമായി ചാർത്തിക്കൊടുക്കാൻ എട്ടും പൊട്ടും തിരിയാത്ത നമ്മുടെ പുതിയ തലമുറ നിർബന്ധിതരായിത്തീരും. അച്ഛനും മകളും ചേർന്ന് അവതരിപ്പിക്കുന്ന ഈയൊരു സാംസ്ക്കാരിക സ്ഖലിതം നമ്മുടെ സ്വീകരണമുറികളിലേക്ക് നമ്മളറിയാതെ കടന്നു വന്നിരിക്കുന്നു.

സ്കൂൾ യൂത്ത് ഫെസ്റ്റിവലുകളിലെന്നപോലെ പോലെ പെൺമക്കളേയും കൊണ്ട് പോൺ ഫിലിം നിർമാതാക്കളുടെ മുന്നിൽ അഭിമാനത്തോടെ മത്സരിക്കാനെത്തുന്ന ഒരു 'മൾട്ടി കളർ ഭാവി' ഇന്ത്യൻ മാതാപിതാക്കളെ കാത്തിരിക്കുന്നുണ്ട്. അതിന് വഴിയൊരുക്കുന്ന ആധുനിക ഭട്ടാചാര്യന്മാർക്ക് ഭയവിഹ്വലമായ ഒരു നമസ്ക്കാരം! ■

ചന്ദ്രശേഖര കമ്പാർ

കേന്ദ്രസാഹിത്യ അക്കാദമി അവാർഡ് സ്വീകരിച്ചതിന്റെ പിറ്റേന്ന് ഡൽഹിയിൽ നടന്ന റൈറ്റേഴ്സ് മീറ്റിൽ സംസാരിക്കുന്നു. നോക്കിയിരിക്കുന്ന ആളെ മനസ്സിലായോ? ഒരൊറ്റ നോവലെഴുതിയ ചെക്കൻ സംസാരിക്കുന്ന മട്ടുകണ്ടില്ലേ എന്നാണോ ആ മുഖത്തെ ഭാവം? മഹാനായ ചന്ദ്രശേഖര കമ്പാർ ആണ് അത്. 25 നാടകങ്ങളും 11 കവിതാസമാഹാരങ്ങളും അഞ്ച് നോവലുകളുമെഴുതിയ, ജ്ഞാനപീഠ ജേതാവായ പത്മശ്രീ ചന്ദ്രശേഖര കമ്പാർ.

ഓ, എന്റെ അച്ഛന്റെ പേരും ചന്ദ്രശേഖരൻ എന്നാണല്ലോ! ■

മരണത്തേയും ജനനത്തേയും ഒപ്പം കബറടക്കുമ്പോൾ...

മനുഷ്യന് ഒരു ആമുഖം എന്ന നോവലിനു കൈവന്ന ആദ്യത്തെ പുരസ്കാരം അതിന്റെ എഴുത്തുകാരനല്ല, ആ പുസ്തകത്തിന്റെ പുറംചട്ട രൂപകൽപന ചെയ്ത സൈനുൽ ആബിദിനാണ് ലഭിച്ചത്. ആർട്ടിസ്റ്റ് ശങ്കരൻകുട്ടി സ്മാരക സമ്മാനമായിരുന്നു അത്. നാലുവർഷം മുമ്പ്, സവിശേഷമായ 'ഇരട്ടക്കവറു'മായി പുറത്തിറങ്ങിയ നോവലിന്റെ ആദ്യപതിപ്പ് കണ്ടവരെല്ലാം അതിന്റെ കവർ ഡിസൈനർ ആരെന്നറിയാൻ ആദ്യപേജുകൾ മറിച്ച് ഉദ്വേഗത്തോടെ പേരുതപ്പുന്ന ദൃശ്യം ഇപ്പോഴും എന്റെ ഓർമയിലുണ്ട്. വിടർത്തിവച്ച പെൺതുടകളുടെ ക്ലോസ് അപ് ആയിരുന്നു അതിന്റെ കവർ. ഉപസ്ഥത്തിലെ ദീർഘവൃത്താകൃതിയിലുള്ള തുറപ്പിലൂടെ രോമം നിറഞ്ഞ ഒരു ശിശുവിന്റെ ശിരസ്സു പുറത്തേക്കു കാണാം. അതെ, ഒരു പ്രസവാരംഭം. എന്നാൽ ഒന്നാം കവർ തുറക്കുമ്പോൾ ഉള്ളിൽ മറ്റൊരു കട്ടിക്കടലാസിൽ മറ്റൊരു ദൃശ്യം വായനക്കാരെ സ്തബ്ധനാക്കുന്നു. നേരത്തേ ചോരക്കുഞ്ഞിന്റെ ശിരസ്സാണെന്ന് നമ്മൾ ധരിച്ചത് വാസ്തവത്തിൽ മരിച്ചുകിടക്കുന്ന ഒരു മധ്യവയസ്കന്റെ കഷണ്ടി കയറിത്തുടങ്ങുന്ന മൂർദ്ധാവാണ്. ഒന്നാം കവറിലെ വട്ടത്തിൽ വെട്ടിയ ഭാഗത്തിലൂടെ നോക്കുന്ന കാണിയെ കബളിപ്പിക്കുന്ന ഒരുഗ്രൻ വിഷൽ മാജിക്!

'പൂർണവളർച്ചയെത്തുംമുമ്പ് മരിച്ചുപോകുന്ന ഒരേയൊരു ജീവിയാണ് മനുഷ്യൻ' എന്ന വാചകത്തോടെ ആരംഭിക്കുന്ന ഒരു നോവലിന് ജനിമൃതികളുടെ ശ്ലേഷദൃശ്യത്താൽ കവചമണിയിക്കാൻ മറ്റേതൊരു കലാകാരന് കഴിയും? എന്നാൽ അസാധാരണമാം വിധം കലാസുഭഗമായ ആ പുറംചട്ടയെ

പ്രശംസിക്കാൻ ആദ്യമൊന്നും ആരും മുന്നോട്ടുവന്നില്ല എന്നതാണ് സത്യം. (അത് വാസ്തവത്തിൽ നോവലിന് കവർ ചെയ്ത കലാകാരന് മാത്രമല്ല, അതെഴുതിയ എഴുത്തുകാരനും ബാധകമായിരുന്നു. അച്ചടിക്കപ്പെടുംമുമ്പ് കൃതി അശ്ലീലമാണെന്ന് പറഞ്ഞ് വനിതാകമ്മീഷന്റെ വക്കീൽനോട്ടീസ് കിട്ടിയ മലയാളത്തിലെ ഏകകൃതിയായിരിക്കും മനുഷ്യന് ഒരു ആമുഖം)

'അശ്ലീല'മായ അത്തരമൊരു പുറംചട്ട മാറ്റാതെ താൻ അത് വീട്ടിൽ കൊണ്ടുപോകില്ല എന്നുവരെ ഒരു സഹപ്രവർത്തകൻ അക്കാലത്ത് എന്നോടു പറഞ്ഞത് ഞാൻ ഓർക്കുന്നു. സൗദി അറേബ്യ പോലുള്ള യാഥാസ്ഥിതികരാജ്യങ്ങളിലെ മലയാളികൾ തങ്ങളുടെ നിസ്സഹായാവസ്ഥ ഫോണിലൂടെ അറിയിച്ചു: "താങ്കളുടെ പുസ്തകം കണ്ടാൽ ഒരു പ്രസവവിജ്ഞാനീയമാണെന്നേ ഭാഷയറിയാത്തവർക്കു തോന്നൂ. അത്തരം പുറംചട്ടകളിൽ കരിപുരട്ടി മറച്ചേ ഈ രാജ്യം സ്വീകരിക്കൂ. അല്ലെങ്കിൽ അതിന്റെ ഒന്നാംചട്ട തഞ്ചത്തിൽ കീറിക്കളയണം."

അങ്ങനെ പിറവിച്ചിത്രം കരിപുരട്ടിയോ വലിച്ചുകീറിയോ ഒഴിവാക്കി ഉള്ളിലെ മരണത്തിന്റെ കവറുമാത്രമായാണ് അതിന്റെ ആദ്യപതിപ്പ് പലരിലും എത്തിച്ചേർന്നത്. അക്കാര്യം പറഞ്ഞപ്പോൾ സൈനുൽ ആബിദ് അപാരമായ അവന്റെ ക്രിയേറ്റിവിറ്റി ഓർത്ത് ഞാൻ സൈനുലാബ്ദീദായ തമ്പിരാനേ എന്നു നീട്ടിവിളിക്കാറുള്ള പ്രിയ സുഹൃത്ത് അവന്റെ മനോഹരമായ ചിരിയോടെ ഈയൊരു വാക്കുമാത്രം എന്നോടു പറഞ്ഞു: 'പാവങ്ങൾ!'

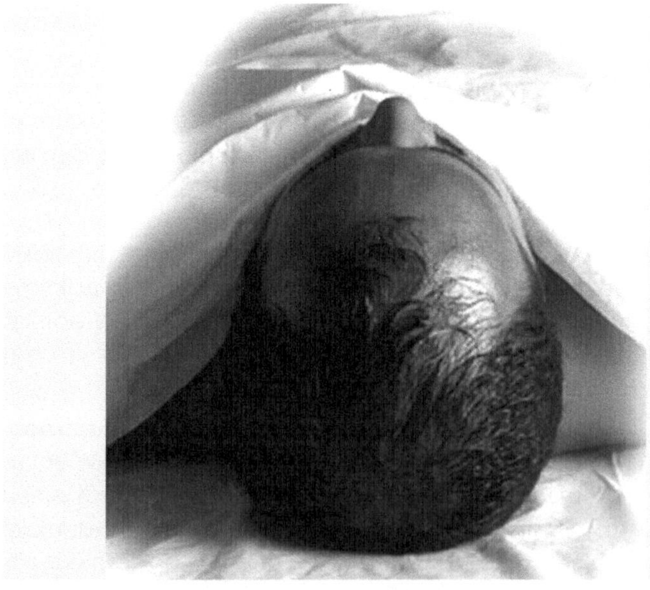

എന്നാൽ പിറവിക്കുള്ളിൽ അവൻ ഒളിപ്പിച്ചുവച്ച രണ്ടാം കവറിനും അതിന്റേതു മാത്രമായ ഗാംഭീര്യമുണ്ടായിരുന്നു. വെളുത്ത തുണിവിരിപ്പിൽ വെള്ളപുതച്ച് ശിരസ്സുമാത്രം പുറത്തുകാട്ടിക്കിടക്കുന്ന ഒരു മൃതദേഹത്തിന്റെ തലഭാഗത്ത് ക്യാമറ നിലംപറ്റിച്ചുവച്ചെടുത്ത ഒരു ദൃശ്യമായിരുന്നു അത്. ആ മൃതദേഹമായി പോസുചെയ്തയാൾ, അകാലത്തിൽ കഷണ്ടിയുടെ ആക്രമണം നേരിടാൻ തുടങ്ങിയിരുന്ന ഒരു യുവാവ്, പിന്നീടൊരിക്കൽ എന്നെ ഫോണിൽ വിളിച്ചു പരിചയപ്പെട്ടു: "സുഭാഷേട്ടന്റെ നോവലിന്റെ പുറംചട്ടയിൽ കിടക്കുന്ന ശവം ഞാനാണ്.", അയാൾ ഫോണിലൂടെ നിസ്സംഗനായി പറഞ്ഞു: "വീക്കിലിയിൽ ഖണ്ഡശ്ശ വായിച്ചപ്പോൾത്തന്നെ അതിനുവേണ്ടി ചാകാനും ഞാൻ ഒരുക്കമായിരുന്നു."

പാതി തമാശയാണെങ്കിലും അതെനിക്ക് ഇഷ്ടമായി. നോവലിലെ മുഖ്യകഥാപാത്രമായ ജിതേന്ദ്രനായി സാത്മ്യപ്പെടാൻ അതുവായിക്കുന്നവർക്ക് ഒരാന്തരചോദന ഉണ്ടായിവരുന്നു. വിചിത്രമായ രീതിയിൽ 'കവറടക്കം' ചെയ്യപ്പെട്ട ഈ പുസ്തകത്തിന്റെ ആത്മാവിനേയും ആളുകൾ സ്വീകരിച്ചുതുടങ്ങുന്നു.

എന്നാൽ വിപണിയുടെ ദുശ്ശാഠ്യങ്ങൾ മൂലം രണ്ടാംപതിപ്പിൽ ആബിദ് ഇരട്ടക്കവർ ഒഴിവാക്കുകയും മറ്റൊന്ന് ഉടൻ തയ്യാറാക്കുകയും ചെയ്തു. അന്ന് മൃതദേഹമായി മോഡലിനെ വച്ച് പകർത്തിയ ചിത്രങ്ങളുടെ ഊഴം കഴിഞ്ഞപ്പോൾ ആബിദിന്റെ കണ്ണിൽപ്പെട്ട ഒരു ദൃശ്യം അവൻ അന്നേ ക്യാമറാമാനോട് പകർത്തി സൂക്ഷിക്കാൻ പറഞ്ഞിരുന്നു. 'ശവം' എഴുന്നേറ്റുപോയതിനുശേഷം, വെളുത്ത കിടക്കവിരിയിൽ കാണപ്പെട്ട ചുളുക്കുകളും അലങ്കോലവും. ക്യാമറക്കാരനെ അത് ചൂണ്ടിക്കാണിച്ചിട്ട് കലാകാരൻ പറഞ്ഞു: "ഈ ചുളിവുള്ള വെള്ളവിരിപ്പിന്റെ ചിത്രങ്ങൾ മുകളിൽനിന്നുള്ള വീക്ഷണകോണിലൂടെ പകർത്തിവച്ചോളൂ. നമുക്ക് പിന്നീട് ആവശ്യംവരും."

രണ്ടാംപതിപ്പിനുള്ള പുറംചട്ടയുടെ ഡിസൈൻ ഇ-മെയിലായി അയച്ചുതന്നിട്ട് സൈനുൽ എന്നോടു പറഞ്ഞു: "ശവത്തെ കിടത്തിയിരുന്ന കിടക്കയിലെ ചുളിവുകൾ നോക്കൂ. ഇപ്പോൾ ആരോ അവിടെക്കിടന്ന് സെക്സ് നടത്തി എഴുന്നേറ്റുപോയതായും അതു തോന്നിക്കുന്നു."

ഞാനവനെ മനസ്സാ നമിച്ചു: നോവലിലെ 'ഇരുട്ട്' എന്ന അധ്യായത്തിലെ നൂറുകണക്കിന് വാക്കുകളിൽ ഞാൻ ആവിഷ്കരിച്ച ആശയം ഒരൊറ്റ ഇമേജിലേക്ക് അയാൾ കാച്ചിക്കുറുക്കിയിരിക്കുന്നു. മൃതിയുടേയും രതിയുടേയും തല്പം ഒന്നാണെന്ന തിരിച്ചറിവ്!

ആ നോവലിന് അതിന്റെ എഴുത്തുകാരനും പിന്നീട് ധാരാളം പുരസ്കാരങ്ങൾ കിട്ടി. പതുക്കെപ്പതുക്കെയാണെങ്കിലും അതൊരു അശ്ലീല കൃതിയല്ലെന്നും സൂക്ഷിച്ചുവയ്ക്കാൻ തോന്നിക്കുന്ന എന്തോ ഒന്ന് അതിൽ

ഉള്ളടക്കം ചെയ്യപ്പെട്ടിട്ടുണ്ടെന്നും മലയാളികൾ ഇപ്പോൾ മനസ്സിലാക്കിത്തുടങ്ങിയിരിക്കുന്നു. അവസാനം അതിനു കിട്ടിയത് കേന്ദ്ര സാഹിത്യ അക്കാദമി അവാർഡാണ്. പ്രസിദ്ധീകരണത്തിന്റെ അഞ്ചാം വർഷത്തിൽ. അതു പ്രമാണിച്ച് ഡിസി ബുക്സ് അതിന്റെ എട്ടാം പതിപ്പ് അയ്യായിരം കോപ്പിയാണ് ഇപ്പോൾ അടിച്ചിരിക്കുന്നത്. സൈനുൽ ആബിദല്ല, മറ്റൊരു കലാകാരനാണ് ഈ എട്ടാം പതിപ്പിന്റെ കവർ നിർവഹിച്ചിരിക്കുന്നത്. ഒരാൺകൈയിന്റെ കരുത്തുറഞ്ഞ വാൽസല്യച്ചുറ്റിനുള്ളിൽ ഭൂമിയിലേക്കെത്തിയ ഒരു നവാഗതന്റെ പിഞ്ചുപാദങ്ങളാണ് ദൃശ്യം. സംഗതി ഒട്ടും മോശമായിട്ടില്ല തന്നെ. എന്നാൽ ഇന്നും ചിലർ കോഴിക്കോട്ടെ ഡിസി ബുക്സിൽ അതിന്റെ ആദ്യത്തെ കവർ തിരക്കി വരാറുണ്ടെന്ന് അവിടത്തെ സുഹൃത്തുക്കൾ എന്നോട് പറയുന്നു: "ഓ, എന്നാലും ആദ്യത്തെ കവർ! അതൊരുഗ്രൻ സംഗതിയായിരുന്നു!"

അതെ, തീർത്തും ഇല്ലാതെയായി എന്ന് ഉറപ്പുവരുമ്പോൾ നാം എന്തിനും ഒരധികവില കല്പിക്കാൻ തുടങ്ങുന്നു!

■

ഫാലചന്ദ്ര നെമാഡേ

ചായയിൽ ബ്രഡ് മുക്കി കുട്ടികളെപ്പോലെ ആസ്വദിച്ചു കഴിക്കുന്ന ഈ മീശക്കാരൻ ചില്ലറക്കാരനല്ല. ഇക്കൊല്ലം ജ്ഞാനപീഠം കിട്ടിയ സാക്ഷാൽ ഫാലചന്ദ്ര നെമാഡേ ആണ്. കേന്ദ്ര സാഹിത്യ അക്കാദമി അവാർഡ് സ്വീകരിക്കാൻ ചെന്നപ്പോൾ ഡൽഹിയിലെ ഹോട്ടലിൽ അടുത്തടുത്ത മുറിയിലായിരുന്നു ഞങ്ങൾ. ബുഫെ ബ്രേക്ക്ഫാസ്റ്റിന്റെ വിഭവസമൃദ്ധിയിൽ നിന്ന് അദ്ദേഹം തെരഞ്ഞെടുത്തത് ബ്രഡു മാത്രം. അതങ്ങനെ നനച്ച് ആസ്വദിച്ചു കഴിക്കുന്നതിനിടയിൽ തന്റെ പേർ പലരും തെറ്റായി അച്ചടിക്കുന്നതിനെക്കുറിച്ച് അദ്ദേഹം പറഞ്ഞു. ഫാലചന്ദ്രൻ എന്ന വാക്കിനർത്ഥം ഫാലത്തിൽ അഥവാ നെറ്റിയിൽ ചന്ദ്രനുള്ളവൻ എന്നാണ്. സാക്ഷാൽ ശിവൻ തന്നെ. നമ്മൾ മലയാളികളടക്കം ജ്ഞാനപീഠവാർത്തയിൽ കൊടുത്തത് ബാലചന്ദ്രൻ എന്നാണ്. പക്ഷേ നെമാഡേ അത് പറഞ്ഞ് ചിരിക്കുകയാണ് ചെയ്തത്.

“പേരെടുക്കാൻ നാം പെടുന്ന പാട്. എന്നിട്ടോ ആളുകൾ അതിനെ തെറ്റായി ഏറ്റെടുക്കുന്നു.” അദ്ദേഹം പറഞ്ഞു.

"തെറ്റി വിളിക്കുന്ന പേരെല്ലാം തെറിയാണ്", ഞാൻ പറഞ്ഞു. നമ്മൾ എഴുത്തുകാർ അറിഞ്ഞോ അറിയാതെയോ അതു കേൾക്കാൻ വിധിക്കപ്പെട്ടവരാണ്.

അദ്ദേഹം ചിരിച്ചു. എന്നിട്ട് ഭക്ഷണമേശയിൽ അദ്ദേഹത്തോടൊപ്പമിരിക്കുന്ന എന്നെ ഫോണിൽ പകർത്തുന്ന എന്റെ ഭാര്യയോട് പറഞ്ഞു: "ഇയാളെ നോക്കിക്കോളണം!"

അതിന്റെ അർത്ഥം തിരിഞ്ഞുകിട്ടാതെ ഞാനൊന്ന് കുഴങ്ങി. ഇവനെ സൂക്ഷിക്കണം എന്നോ ഇവനെ നീ വേണം കാത്തുസൂക്ഷിക്കാൻ എന്നോ?

■

തൃക്കൊടിത്താനം സച്ചിദാനന്ദൻ

തൃക്കൊടിത്താനം സച്ചിദാനന്ദൻ എന്ന അനുഗൃഹീത ഗായകന്റെ മരണവിവരം ഇന്നാണ് അറിഞ്ഞത്. കഴിഞ്ഞവർഷം മേയിൽ ബഹ്റിൻ കേരളീയ സമാജത്തിന്റെ പരിപാടിയിൽ ഞങ്ങളൊരുമിച്ച് പങ്കെടുത്തിരുന്നു. പ്രതിഭാശാലിയായ അദ്ദേഹം സരസമായ സംസാരം കൊണ്ട് ഞങ്ങളെ ഉടനീളം സന്തോഷിപ്പിച്ചുകൊണ്ടിരുന്നു. ഷോപ്പിങ് മാളിൽ വച്ച് നൂറുനൂറു തമാശകൾ പറഞ്ഞ് എന്നോടൊപ്പം കൂടിയ അദ്ദേഹത്തോട് ഞാൻ ചോദിച്ചു: "മക്കൾക്ക് ഒന്നും വാങ്ങുന്നില്ലേ?"

"അതിന് മാന്യന്മാർക്ക് ഭാര്യയുണ്ടായിട്ടു വേണ്ടേ മക്കളുണ്ടാവാൻ!" എന്നു പറഞ്ഞ് അദ്ദേഹം ചിരിച്ചു.

അവിവാഹിതനാണെന്ന് അപ്പോഴാണ് അറിഞ്ഞത്. ഒടുവിൽ സംഘാടകരുടെ നിർബന്ധപ്രകാരം പല തരത്തിലുള്ള സോപ്പുകളും കുറേ മിഠായികളും വാങ്ങി സംഭരിക്കുന്നതുകണ്ട് ഞാൻ അടുത്തുചെന്നപ്പോൾ പറഞ്ഞു: "ഈ സോപ്പുകൾ എന്റെ ബന്ധുക്കളായ പെണ്ണുങ്ങൾക്ക് കൊടുക്കാൻ. ഈ മിഠായികൾ അവരുടെ മക്കൾക്കു കൊടുക്കാൻ."

രണ്ടോ മൂന്നോ ദിവസത്തെ സഹവാസം, പക്ഷേ എന്തൊരു മനസ്സടുപ്പം!

അദ്ദേഹം പാടിയ പാട്ടുകൾ ഇപ്പോൾ ഒന്നുകൂടി കേട്ടപ്പോൾ കരയാൻ തോന്നി. ഇത്ര നേരത്തേ പോകുമെന്ന് അറിഞ്ഞെങ്കിൽ, കുറച്ചുകൂടി അദ്ദേഹത്തെ ശ്രദ്ധിക്കാമായിരുന്നു. കുറച്ചുകൂടി സ്നേഹം പ്രകടിപ്പിക്കാമായിരുന്നു.

ആ ഗാനങ്ങൾ യുട്യൂബിലൂടെയെങ്കിലും ഒന്നു കേട്ടുനോക്കൂ. തനി മലയാളിത്തം വാക്കായും ശബ്ദമായും നമ്മുടെ ഹൃദയത്തിലേക്ക് ഇരച്ചുകയറി സുഖിപ്പിക്കുന്നത് അറിയൂ.

ദൈവമേ, കൂത്താടിപ്പെണ്ണുങ്ങളുടെ കാഴ്ചകൾ പരസ്പരം അയച്ച് നിർവൃതിയടയുന്ന എന്റെ നാട്ടുകാർ ആ സമയത്ത് ഇത്തരം പാട്ടുകൾ ഷെയർ ചെയ്യാൻ സമയം കണ്ടെത്തിയിരുന്നെങ്കിൽ!

■

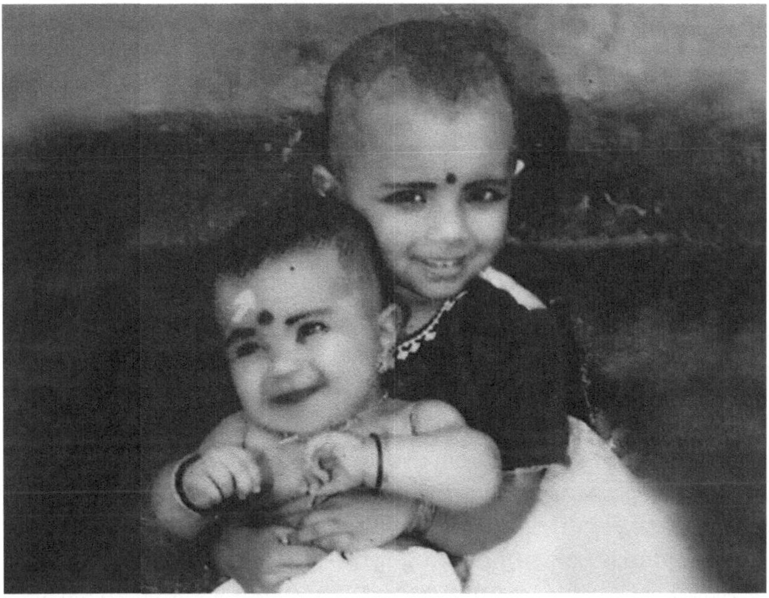

പെൺമക്കൾക്ക് ഒരു താരാട്ട്

പെൺമക്കൾക്ക് ഒരു താരാട്ട്

അഥവാ

പാറുവിനും ലച്ചുവിനും ഒരു തുറന്ന പാട്ട്

അച്ഛന്റെ ഭയങ്കര പ്രിയങ്കരികളേ,

ഈ സംബോധനയിലെ മൂന്നു വാക്കുകളുടേയും അർത്ഥം നന്നായി തിരിച്ചറിയുന്നവരാണ് നിങ്ങൾ എന്ന ഉറപ്പോടെ തുടങ്ങട്ടെ. എല്ലാ പ്രിയങ്കരങ്ങളും 'ഭയ'ങ്കരങ്ങളായി പരിണമിച്ചിരിക്കുന്ന ഒരു കാലത്തിലാണ് നമ്മൾ ജീവിക്കുന്നത് എന്നറിയാമല്ലോ. നിങ്ങളാകട്ടെ 'അച്ഛനമ്മമാരുടേയും വീടിന്റേയും സുഖകരമായ സുരക്ഷിതത്വത്തിൽ' നിന്ന് കുറേ അകലേയുമാണ്. ഈ പ്രയോഗത്തിന്റെ അപ്പുറമിപ്പുറം വലയച്ചിഹ്നം ഇട്ടത് ഇതൊരു തുറന്ന കത്തായതുകൊണ്ടു മാത്രമാണ്. കാരണം അത്തരം പ്രയോഗങ്ങളൊക്കെ

പിന്തിരിപ്പനാണെന്നു വാദിക്കുന്നവർ നമ്മുടെ സമൂഹത്തിൽ ധാരാളമുണ്ട് എന്നതുതന്നെ. സഹസ്രാബ്ദങ്ങളുടെ ആലോചനയിൽനിന്നാണ് മനുഷ്യൻ ഇന്നു കാണുന്ന കുടുംബവ്യവസ്ഥയിൽ എത്തിച്ചേർന്നിട്ടുള്ളത്. ആ വ്യവസ്ഥയെ 'ആണധികാരത്തിന്റെ ഗൂഢാലോചന'യുടെ സന്തതിയായി വ്യാഖ്യാനിക്കുന്നവരുണ്ട്. അച്ഛൻ പക്ഷേ ഇക്കാര്യത്തിൽ ആ സഹസ്രവർഷ ഗൂഢാലോചനയുടെ പക്ഷത്താണ് എന്നു തുറന്നു പറയട്ടെ. ശിഥിലമായ കുടുംബത്തിൽ നിന്ന് മഹാത്മാക്കൾ അപൂർവമായി പിറന്നിട്ടുണ്ടാകാം. പക്ഷേ മഹാഭൂരിപക്ഷം ഉദാഹരണങ്ങളിലും അത് ശിഥില വ്യക്തിത്വങ്ങൾക്കാണ് പിറവിയൊരുക്കിയിട്ടുള്ളത്.

ബാംഗ്ലൂർ പോലൊരു മഹാനഗരത്തിൽ ജീവിക്കുന്ന നിങ്ങൾക്കു രണ്ടുപേർക്കും ഈ അവധിദിനത്തിൽ പരസ്പരം ചർച്ചചെയ്യാനും തർക്കിക്കാനുമുള്ള ഒരു വിഷയമായി ഇതെടുക്കാം. അഭിപ്രായങ്ങൾ എത്ര വിരുദ്ധമാണെങ്കിലും ധൈര്യമായി എന്നോടു പറയാം.

എന്തായാലും ഏറ്റവുമൊടുവിൽ അച്ഛൻ നിങ്ങൾക്കായി പാടിയ ഈ താരാട്ടുപാട്ട് കേൾക്കണം. പതിനഞ്ചു വർഷങ്ങൾക്കുമുൻപ് നിങ്ങളെ പാടിയുറക്കിയിരുന്ന അതേ പാട്ട്. ഇയർഫോൺ വച്ച് കണ്ണടച്ചിരുന്ന് ഇതു കേൾക്കുമ്പോൾ നിങ്ങളുടെ മനസ്സിൽ തെളിയുന്ന ആ വികാരത്തിന്റെ പേരാണ് കുടുംബം എന്നും മറ്റെന്തൊക്കെ നേടിയാലും നിങ്ങളുടെ അച്ഛൻ ഏറ്റവും വിലമതിക്കുന്നത് അതാണെന്നും മനസ്സിൽ ഉറപ്പിക്കണം.

അച്ഛന്റേയും അമ്മയുടേയും ഉമ്മകളോടെ ആ പാട്ട് ഇതാ...

■

ഇതാ എന്റെ ആദ്യത്തെ പുസ്തക അലമാര

വീട്ടിൽ രണ്ട് അലമാരകൾ ഉണ്ടായിരുന്നു.

മെഴുക്കു പുരണ്ട മങ്ങിയ ഒരു കണ്ണാടി വാതിൽപ്പൊളിയിൽ ഘടിപ്പിച്ചതിനാൽ ചില്ലലമാര എന്നു വിളിച്ചിരുന്ന, മരത്തിൽ പണിയിച്ച ഒന്നായിരുന്നു അതിൽ മുഖ്യം. വീടിന്റെ ആധാരവും അച്ഛന്റെ ശമ്പളവുമൊക്കെ സൂക്ഷിച്ചിരുന്ന ഒന്നായതുകൊണ്ട്, അപൂർവമായി തുറക്കപ്പെടുന്ന അവസരങ്ങളിലൊക്കെ, ദീപാരാധനയ്ക്ക് കടുങ്ങല്ലൂരമ്പലത്തിന്റെ നട തുറക്കുന്നതുപോലുള്ള പ്രതീതി സൃഷ്ടിക്കാൻ അതിനു സാധിച്ചിരുന്നു.

കുത്തനെ നിർത്തിയ ഒരു ശവപ്പെട്ടിയേക്കാൾ ഏറെയൊന്നും വലിപ്പമില്ലാതിരുന്ന ഈ ചില്ലലമാരയുടെ ഉള്ളിൽ പക്ഷേ എനിക്ക് അമൂല്യമായി തോന്നിയ മറ്റൊരു വസ്തുവും ഉണ്ടായിരുന്നു: കമ്യൂണിസ്റ്റുകാരനാണെങ്കിലും എല്ലാ കർക്കിടകത്തിലും അച്ഛൻ മുടങ്ങാതെ വായിച്ചിരുന്ന അദ്ധ്യാത്മരാമായണം. വരികൾ മുറിക്കാതെ, നക്ഷത്രച്ചിഹ്നം കൊണ്ട് ഈരടികൾക്ക് അതിർത്തിയിട്ട (കവിതയുടെ അതിർത്തിയാകാൻ 'സ്പേസി'നേക്കാൾ യോഗ്യം നക്ഷത്രം തന്നെ), താളുകളുടെ വക്കിൽ തീപ്പെട്ടിനിറമുള്ള ആ പുസ്തകം അശോകവനത്തിലെ സീതയെപ്പോലെ ഉള്ളിൽ ഒറ്റയ്ക്കിരുന്ന് രാമനാമം ജപിക്കുന്ന ആ അലമാരി അങ്ങനെ എന്റെ കുട്ടിക്കാഴ്ചയിലെ ഒന്നാം അലമാരിയായി.

കർക്കിടകത്തിൽ മാത്രം വീടുകാണാനിറങ്ങുന്ന ആ രാമായണം പക്ഷേ സമ്പൂർണമായും അച്ഛന്റേതുമാത്രമായിരുന്നു. അതിരിക്കുന്ന അലമാരയുടെ ഉടമയാകട്ടെ അമ്മയുമായിരുന്നു. കഥയ്ക്കും പാട്ടിനുമൊക്കെ സ്കൂളിൽ ഞാൻ സമ്മാനിതനാകുമ്പോൾ വർണ്ണക്കടലാസിൽ പൊതിഞ്ഞു കിട്ടിയിരുന്ന 'കുട്ടികളുടെ ഷേക്സ്പിയർ', മിലോവൻ ജിലസിന്റെ ഇപ്പോൾ പേരോർമ്മയില്ലാത്ത പുസ്തകത്തിന്റെ വിവർത്തനം, റഷ്യൻ ചെറുകഥകൾ, ഒരു സുഹൃത്തു സമ്മാനിച്ച ഇംഗ്ലീഷ് ബൈബിൾ, ലോട്ടസ് പബ്ലിഷേഴ്സിന്റെ ഇംഗ്ലീഷ് ഇംഗ്ലീഷ്മലയാളം നിഘണ്ടു ഇത്യാദി എന്റെ അപ്പോൾ മാത്രം വളരാൻ തുടങ്ങിയ പുസ്തകങ്ങളെല്ലാം സൂക്ഷിക്കാൻ എനിക്കൊരു പുതിയ ഇടം കണ്ടുപിടിക്കേണ്ടിയിരുന്നു.

ആയിടയ്ക്കാണ് അമ്മയുടെ തറവാടായ വെളിയത്ത് വീട്ടിലെ ഒരു മുറി പൊളിച്ച് പുതുക്കിപ്പണിഞ്ഞത്. പഴയ ചുമരിനോട് ചേർന്നുണ്ടായിരുന്ന ഒരു കൊച്ചു ചുമരലമാര അടപ്പില്ലാതെ നാലറകളുള്ള ഒന്ന് പുതുക്കിപ്പണിയലിൽ ബാക്കിയായത് കുമ്മായവും ചെങ്കൽക്കറയും പിടിച്ച് അവിടത്തെ ചായ്പിൽ കിടക്കുന്നുണ്ടായിരുന്നു. അതൊന്നു തേച്ചുകഴുകിയെടുത്താൽ ഒരു പുസ്തക അലമാരയാക്കി അതിനു ശാപമോക്ഷം കൊടുക്കാം എന്നൊരു തോന്നൽ എന്റെ ആത്മാവിന്റെ നാവിൽ വെള്ള മൂറിക്കാൻ തുടങ്ങിയ കാലം. ഒരു ദിവസം ഞാനത് വല്യമ്മയുടെ പേരക്കുട്ടിയും എന്റെ ആത്മസുഹൃത്തുമായ വിക്രമനോട് ചോദിക്കാൻ ധൈര്യം കാട്ടി.

"ഈ പലകത്തട്ട് ഞാൻ എടുത്തോട്ടെ?", സ്വന്തമാക്കാൻ വേണ്ടി അതിന്റെ മതിപ്പിനെ ഇകഴ്ത്തിക്കൊണ്ട് ഞാൻ അവനോടു ചോദിച്ചു.

"ഞാനിത് കഴുകിവൃത്തിയാക്കിയിട്ട് തരാം", എന്റെ മനസ്സു വായിച്ചുകൊണ്ട് വിക്രമൻ പറഞ്ഞു: "നിനക്കിതിൽ നിന്റെ പുസ്തകങ്ങൾ വയ്ക്കാമല്ലോ."

അങ്ങനെയാണ് എന്റെ ആദ്യത്തെ പുസ്തക അലമാര പിറന്നത്. മരണത്തിൽനിന്ന് ശാപമോക്ഷം കിട്ടിയ ഒരു മരജന്മം. പിൽക്കാലത്തൊരിക്കൽ ഡൊമിനിക്ക് റാൽഫ് എന്ന ചങ്ങാതി വീട്ടിൽ വന്നു പകർത്തിയ

ഒരു ബ്ലാക്ക് ആൻഡ് വൈറ്റ് ഫോട്ടോയിൽ, താടിവച്ച വിഷാദിയുടെ പശ്ചാത്തലമായി പകർത്തപ്പെട്ടതുകൊണ്ട് മ്ലാനത നിറഞ്ഞ ആ മര പേടകം ഇന്നും എനിക്ക് ഇടയ്ക്കിടയ്ക്ക് കാണാൻ കഴിയുന്നു. അതിൽ അക്കാലമാവുമ്പോഴേക്കും മറ്റു പല പുസ്തകങ്ങളും ചേക്കേറിയിരുന്നു. ഫോട്ടോയിൽ സൂക്ഷിച്ചുനോക്കിയാൽ അവ ഇപ്പോഴും തിരിച്ചറിയാം. കസാൻ സാക്കീസിന്റെ ആത്മകഥയായ റിപ്പോർട്ട് ടു ഗ്രിക്കോ, യതി യുടെ ഭഗവദ്ഗീതാ സ്വാധ്യായം, ഹോശന്ന പബ്ലിഷേഴ്സിന്റെ മലയാളം ബൈബിൾ, ഗാന്ധിസാഹിത്യ സംഗ്രഹം, ശബ്ദതാരാവലി, ഐതിഹ്യ മാല, ബഷീറിന്റേയും ഒ വി വിജയന്റേയും പുസ്തകങ്ങൾ... ഒപ്പം എന്റെ മരുന്നുകുപ്പികളും കുടയും.

പുതിയ വീട്ടകങ്ങൾക്കു യോജിക്കുന്ന ആകാരസുഷമ ഇല്ലാതെ പോയ ആ പാവം പുസ്തക അലമാര ഇന്നില്ല. എന്നാൽ അതിലുണ്ടായിരുന്ന പുസ്തകങ്ങളെല്ലാം ഇന്നും എന്റെയൊപ്പമുണ്ട്. ആയിരക്കണക്കിനു പുസ്തകങ്ങൾ നിറഞ്ഞ നാലഞ്ചു വലിയ അലമാരകൾ കോഴിക്കോട്ടെ എന്റെ വീടിനു കനം നൽകുന്നുണ്ട്. എങ്കിലും ഇന്നും ആ പഴയ ഫോട്ടോ ഗ്രാഫിലെ ആ സാധുവിനു പിന്നിലെ കൊച്ചു പുസ്തകശേഖരം കാണു മ്പോൾ കണ്ണു നിറയും.

പുസ്തകങ്ങളല്ല, ഒരു നാട്ടിൻപുറത്തുകാരന്റെ പുസ്തകാകാരം പൂണ്ട മഹത്വാകാംക്ഷകളായിരുന്നു അവയെന്നു തിരിച്ചറിയുന്നതിനാൽ!

(കലാപൂർണ്ണ മാസികയുടെ ഓണപ്പതിപ്പിൽ എഴുതിയത്)

■

ജി.എസ്.ടി. എന്ന തെറിവാക്ക്

മെർസ്സൽ എന്ന തമിഴ് ചിത്രത്തിൽ ജി.എസ്.ടി എന്ന വാക്ക് ഒരു ബീപ് ശബ്ദമിട്ടു മറയ്ക്കണമത്രെ!

സാധാരണയായി നായകനോ വില്ലനോ പറയുന്ന തെറിവാക്കാണ് ഇങ്ങനെ മറയ്ക്കാറുള്ളത്.

അങ്ങനെ ഈ സിനിമയിലൂടെ ഒരു പുതിയ തെറിവാക്ക് ഇന്ത്യയ്ക്കു സംഭാവന നൽകിയ എല്ലാവരേയും അനു'മോദി'ക്കുന്നു! സന്ദർഭവശാൽ, അർത്ഥം മാറിയ ഒരു പ്രയോഗം എനിക്കു വീഴ്ത്തിത്തന്നതിനും നന്ദി. 'അനുസരി'പ്പിക്കലാണ് ഫാസിസത്തിന്റെ മുഖ്യവിനോദം. ഇന്ത്യയിൽ അതിനിനി അനു'മോദി'ക്കുക എന്നു മതി. തിരുവായിൽ നിന്നു വീഴുന്ന എന്തിനേയും അനുമോദിക്കുക! ന്നവച്ചാൽ സുൽത്താൻ ഓഫ് ഇന്ത്യയ്ക്ക് ജയ് വിളിക്കുക.

■

പുനത്തിൽ വലിയ അബ്ദുള്ള

ഒട്ടേറെ വലിയ മനുഷ്യരെ എനിക്ക് പരിചയക്കാരായി നൽകിയ നാടാണ് കോഴിക്കോട്. വലിയ മനുഷ്യർക്കു മാത്രമല്ല, മറ്റെല്ലാ നാടുകളിലും എന്നപോലെ ചെറിയ മനുഷ്യർക്കും കോഴിക്കോട്ട് പഞ്ഞമൊന്നുമില്ല. എന്താണ് മനുഷ്യന്റെ വലിപ്പച്ചെറുപ്പങ്ങളുടെ മാനദണ്ഡം? മറ്റുള്ളവന്റെ സന്തോഷം സ്വന്തം സന്തോഷമായും മറ്റുള്ളവന്റെ വേദന സ്വന്തം വേദനയായും ആത്മാവിൽ അനുഭവിക്കുന്ന ഒരാളാണ് എന്റെ വിലയിരുത്തലിൽ വലിയ മനുഷ്യൻ. മറ്റുള്ളവന്റെ സന്തോഷം വേദനയായും അപരന്റെ വേദന സന്തോഷമായും തോന്നുന്ന ഒരാളാണ് ചെറിയ മനുഷ്യൻ. അത്തരം വാമനന്മാർ എപ്പോഴും മഹത്തുക്കളെ ചവിട്ടിത്താഴ്ത്താൻ തന്റെ വലംകാൽ ഓങ്ങിത്തന്നെ പിടിക്കും.

ചില മനുഷ്യർ കാഴ്ചയിൽ അതിഗംഭീരന്മാർ, കാറും വീടും കളത്രവുമെല്ലാം ഉഗ്രാദി ഉഗ്രം. പക്ഷേ അരമിനുട്ട് സംസാരിച്ചാൽ നാം നിരാശരാകും. ആത്മാവിൽ എന്തോ ഒന്ന് ചീഞ്ഞുനാറുന്ന ഒരു ദേഹം ജീവനുള്ളതുകൊണ്ടു മാത്രം കുത്തനെ നിൽക്കുന്നതുകണ്ട് അമ്പരക്കും. എന്നാൽ മറ്റു ചിലരാകട്ടെ കാഴ്ചയിൽ കേവലരായിത്തോന്നുമെങ്കിലും അടുത്തറിയുന്തോറും മനുഷ്യാന്തസ്സിന്റെ അലൗകികമായ ഒരു വെളിച്ചം അവരിൽനിന്ന് വെള്ളംപോലെ പ്രവഹിക്കുന്നത് നാം കാണും. ലോകത്തിന്റെ ദൃഷ്ടിയിൽ ഒരുപക്ഷേ അതിൻ വലിയ മതിപ്പൊന്നും കിട്ടിയെന്നുവരില്ല. എന്നു മാത്രമല്ല അവരെക്കുറിച്ച് അപവാദങ്ങളും കിംവദന്തികളും നാം കേട്ടെന്നിരിക്കും. പക്ഷേ നമ്മുടെ മുന്നിൽ വരുമ്പോൾ നാം അവരുടെ മഹത്ത്വം നേരിട്ടളക്കും. ലോകം മുഴുവൻ ഒറ്റപ്പെടുത്തിയാലും ഞാനിയാളുടെ കൂടെ നിൽക്കും എന്നൊരു പ്രതിജ്ഞ മനസ്സിൽ പൊന്തും.

കോഴിക്കോട് വന്നതുകൊണ്ടുമാത്രം പരിചയപ്പെടാൻ പറ്റിയ അത്തര മൊരാൾ. പേരിൽ കുഞ്ഞ് എന്ന വാക്കുണ്ടെങ്കിലും ആറടിപ്പൊക്ക മൊന്നുമില്ലെങ്കിലും എന്റെ മനസ്സിൽ വലിയൊരു മനുഷ്യനായി എക്കാലവും നിറഞ്ഞുനിൽക്കുന്ന ഒരാൾ: പുനത്തിൽ കുഞ്ഞബ്ദുള്ള. പ്രതിഭകൊണ്ടും ശിശുസഹജമെന്നോ ദൈവികമെന്നോ വിളിക്കാവുന്ന നിഷ്കളങ്കത കൊണ്ടും ഊച്ചാളികൾ വാഴുന്ന ഈ കെട്ട ലോകത്തിനു നേരേ കൊഞ്ഞനം കുത്താനുള്ള അസാമാന്യ ധൈര്യം കൊണ്ടും അദ്ദേഹം മാധവിക്കുട്ടിയുടെ നേരാങ്ങളയാണെന്ന് പലപ്പോഴും തോന്നിച്ചു. ഈ രണ്ടു പേരേയും കുറ്റം പറഞ്ഞവരെല്ലാം വാസ്തവത്തിൽ സ്വന്തം കുറ്റങ്ങൾ തന്നെയാണ് വിളിച്ചുപറയുന്നതെന്ന് തിരിച്ചറിഞ്ഞ് പലപ്പോഴും നാം അമ്പരന്നു. മനസ്സിൽ നന്മയുള്ളവർക്ക് ഈ രണ്ടുപേരും നന്മനിറ ഞ്ഞവരായി കാണപ്പെടുന്ന വിസ്മയം കണ്ട് അതിശയിച്ചു.

ഇരുപതുവർഷം മുമ്പ് തന്റെ അമേരിക്ക സന്ദർശനവേളയിൽ, രണ്ടാം ലോകമഹായുദ്ധകാലത്ത് തകർക്കപ്പെട്ട ഒരു പാലത്തിന്റെ രേഖാചിത്ര മുള്ള യു.എസ് പോസ്റ്റ് കാർഡിൽ അദ്ദേഹം എഴുതി: "ഞാനിവിടുന്ന് ഇത്തരം രണ്ട് കാർഡുകൾ വാങ്ങി. ഒന്ന് എന്റെ മകനയച്ചു, ഒന്നിതാ നിനക്കും. നിന്റെ കഥകൾ വായിച്ച് എനിക്കിപ്പോൾ നിന്നെ സ്വന്തം മകനായി തന്നെ തോന്നാൻ തുടങ്ങിയിരിക്കുകയാണ്."

ഒരു നവയുവാവിനോട് ഒരു വലിയ എഴുത്തുകാരൻ, ഒരു വലിയ മനുഷ്യൻ, കാണിച്ച സ്നേഹാദരങ്ങളുടെ ആദ്യാങ്കുരമായിരുന്നു അത്.

പിന്നീടെത്രയോ സന്ദർഭങ്ങളിൽ ഈ മനുഷ്യൻ എന്നെ പലമട്ടിൽ വിസ്മയിപ്പിച്ചുകൊണ്ടേയിരുന്നു. മലയാളികൾക്കിടയിൽ പലപ്പോഴും കണികാണാൻ കിട്ടാത്ത നല്ല പെരുമാറ്റങ്ങളുടെ ചലിക്കുന്ന ഒരുദാഹരണമായിരുന്നു അദ്ദേഹം. തിന്നുമ്പോൾ, കുടിക്കുമ്പോൾ, അപരനോട് സംസാരിക്കുമ്പോൾ എല്ലാം എങ്ങനെ മനുഷ്യാന്തസ്സ് ഒട്ടും ബലപ്രയോഗമില്ലാതെ പ്രസരിപ്പിക്കാം എന്ന് അദ്ദേഹം നമുക്ക് കാണിച്ചുതന്നു. എല്ലാവരും ചെയ്യുന്ന പാപങ്ങൾ മാത്രമേ താനും ചെയ്യുന്നുള്ളൂ എന്നറിയാമായിരുന്നിട്ടും അദ്ദേഹം സ്വന്തം പാപങ്ങൾ ഉറക്കെ വിളിച്ചുപറയാൻ ചങ്കൂറ്റം കാട്ടി. അതുകേട്ട് ഇതാ, ഒരു മഹാപാപി എന്ന് ആർത്തുവിളിക്കുന്നവരെ നോക്കി കണ്ണീരൊളിപ്പിച്ച ഒരു മധുരമന്ദഹാസം പൊഴിച്ചു

കോഴിക്കോട്ട് ഞാൻ താമസിച്ച മൂന്നു വാടകവീടുകളിലും ഞാൻ പണിത ഭൂമി എന്ന വീട്ടിലും മാത്രമല്ല, അങ്ങു ദൂരെ ആലുവയിലുള്ള ഞാൻ പിറന്ന വീട്ടിലും അദ്ദേഹം വന്നു. എന്റെ അമ്മ ആദ്യമായി ഞാനല്ലാത്തൊരു സാഹിത്യകാരനെ നേരിൽ കണ്ടത് ഞങ്ങളുടെ കടുങ്ങല്ലൂരിലെ വീട്ടിലെ സെറ്റിയിൽ ഇരുന്ന് അമ്മ കൊടുത്ത നാരങ്ങവെള്ളം വലിയ ആർത്തി അഭിനയിച്ചുകൊണ്ട് കുടിക്കുന്ന പുനത്തിലിന്റെ രൂപത്തിലാണ്. സാഹിത്യ അക്കാദമി അവാർഡ് കിട്ടിയ എന്നെ നാട്ടുകാർ ആദരിക്കുന്ന ചടങ്ങിൽ പങ്കെടുക്കാൻ എത്തിയതായിരുന്നു അദ്ദേഹം. 'സ്വന്തം നാട്ടുകാർക്ക് ഒരു സാഹിത്യകാരനെ ഇങ്ങനെ ആദരിക്കാൻ കഴിയുമെന്ന് ഞാൻ ആദ്യമായി കാണുകയാണ്', അദ്ദേഹം അന്ന് പ്രസംഗത്തിൽ പൊട്ടിച്ചിരി നിറച്ചു.

പുനത്തിൽ, അങ്ങയെ ഞാൻ മനസ്സുകൊണ്ട് ഇനിയും എന്നും കാണും. ആ മധുരമന്ദഹാസം ദാ, എന്റെ മുന്നിൽ എപ്പോഴുമുണ്ട്. എഴുതാൻ മാത്രമായി ഭൂമിയിൽ വന്ന അങ്ങ് എന്റെ അടുത്ത ബന്ധുവാണെന്ന ഉറച്ച ബോധ്യത്തോടെ പറയട്ടെ: മരണത്തിന് അങ്ങയെ ഒരു ചുക്കും ചെയ്യാൻ സാധിക്കില്ല. ധൈര്യമായി ഇരുന്നാലും! ■

കിഴവനും കടലും

ആലപ്പുഴ മാരാരിക്കുളം കടപ്പുറത്ത് ഒരു സന്ധ്യ.

തെർമ്മോകോൾ കെട്ടിമുറുക്കി താൻതന്നെ ഉണ്ടാക്കിയ ചെറുവഞ്ചിയിൽ ഇത്തിരി മുന്നേ കടലിലേക്ക് തുഴഞ്ഞുപോയ വൃദ്ധൻ മടങ്ങിയെത്തിയിരിക്കുന്നു.

കണ്ണിയടുപ്പമുള്ള നെടുനീളൻ വലയിൽ കുടുങ്ങിപ്പിടയുന്ന മത്തികളെ ക്ഷമയോടെ ശേഖരിക്കുന്നതിനിടയിൽ അദ്ദേഹം ഞങ്ങളോട് തന്നെക്കുറിച്ചും തനിക്ക് അന്നം തരുന്ന കടലിനെക്കുറിച്ചും പറഞ്ഞുകൊണ്ടിരുന്നു. ഒരു മണിക്കൂറോളം നീണ്ട സരസമായ കഥാഖ്യാനം. എന്റെ സുഹൃത്തും അന്നത്തെ ആതിഥേയനുമായ സുധിയും കുടുംബവും എന്റെ കുടുംബത്തോടൊപ്പം അദ്ദേഹത്തെ ശ്രവിച്ചുകൊണ്ട് ചുറ്റും നിന്നു.

പേരു സ്റ്റീഫൻ. വയസ്സ് എഴുപത്. തൊഴിൽ ജീവിതം.

വലിയൊരു സമുദ്രത്തിനു മുന്നിൽ പരാതിയുമായെത്തിയ ഒരു ചെറിയ കുളത്തെപ്പോലെ ആ സന്ധ്യയിൽ ഞാൻ നിന്നു. എനിക്കൊരു താങ്ങു വേണമായിരുന്നു. ഭാഗ്യത്തിൻ അവൾ അരികിൽ ത്തന്നെയുണ്ടായിരുന്നു.

സുധിയുടെ സ്നേഹവതിയായ പത്നി ജ്യോതി ടീച്ചർ ആ ദൃശ്യം തന്റെ മൊബെയിൽ ക്യാമറയിൽ പകർത്തി: ഇങ്ങനെ

മോദി അയച്ച കത്തും ഗാന്ധിജയന്തിയും

മഹാനായ ഒരു ഗുജറാത്തുകാരൻ, നമ്മുടെ മഹാത്മാഗാന്ധി, പിറന്ന ഈ ദിനത്തിൽ മറ്റൊരു ഗുജറാത്തുകാരന്റെ, പ്രധാന മന്ത്രി നരേന്ദ്രമോദിയുടെ, ഒരു കത്ത് എന്റെ സുഹൃത്തുക്കളുമായി പങ്കുവയ്ക്കുന്നതിനാണ് ഈ കുറിപ്പ്.

രജിസ്റ്റേഡ് തപാലിൽ, സർക്കാരിന്റെ ഔദ്യോഗികമുദ്ര സ്വർണ്ണവർണ്ണത്തിൽ പതിപ്പിച്ച 'പേഴ്സണൽ ലെറ്റർ' വന്നപ്പോൾ ഞാൻ അല്പമൊന്നു സന്തോഷിച്ചു എന്ന കാര്യം സമ്മതിക്കട്ടെ. ഇതു പതിവില്ലാത്തതാണ്. കുട്ടിക്കാലത്തെ സേവനവാരങ്ങളെ ഓർമ്മിച്ചുകൊണ്ടും മറ്റാർക്കും കിട്ടാനിടയില്ലാത്ത ഒരു പരിഗണന ഒരെഴുത്തുകാരനായതുകൊണ്ടുമാത്രം എന്നെ ത്തേടിവന്നതോർത്ത് അഭിമാനിച്ചും കട്ടിക്കവറിൽ നിവർത്തിയ നിലയിൽത്തന്നെ ഭദ്രമായി അടക്കം ചെയ്ത ആ കത്ത് ഞാൻ തുറന്നു വായിച്ചു.

സ്വച്ഛ ഭാരതത്തിനായുള്ള തന്റെ പോരാട്ടത്തിൽ പങ്കാളിയാകുവാനുള്ള സ്നേഹനിർഭരക്ഷണമാണ് അതിന്റെ ഉള്ളടക്കം.

सत्यमेव जयते

प्रधान मंत्री

Prime Minister

New Delhi
09 September, 2017

Shri Subhash Chandran ji,

I am writing to you on a subject that is very close to Mahatma Gandhi's heart- *Swachhata* or cleanliness.

In the coming days, we will commemorate *Gandhi Jayanti*. An inspiration to billions across generations and borders, Mahatma Gandhi recognized that our attitude towards cleanliness also reflects our attitude towards society. Bapu believed in achieving cleanliness through community participation.

Bapu also believed strongly that *Swachhata* is for each of us to practice. Inspired by his noble thoughts, and a faith in the spirit of 125 crore Indians, let us renew our pledge towards cleanliness. **Let us ensure that the coming days are about living the Mantra of '*Swachhata Hi Seva.*'** Leading up to *Gandhi Jayanti*, we can encourage wide spread support for, and participation in cleanliness initiatives across India.

A clean India is the most noble service we can do for the poor, downtrodden and the marginalised. Unclean surroundings adversely impact the weaker sections of society even more.

It is said that pen is mightier than the sword. With the power of words, our literary figures, since antiquity, have inspired millions to take up various causes. Once again, you have the opportunity to make a difference to the society by contributing towards Swachh Bharat Abhiyan.

I personally invite you to lend your support to the '*Swachhata Hi Seva*' movement and dedicate some time for the cause of a Swachh Bharat. Your participation will further inspire others to be a part of the movement. You can share your experience with me on the Narendra Modi Mobile App.

Let us all come together for cleanliness, pay a fitting tribute to Bapu and work towards building a New India.

Jai Hind!

Yours,

(Narendra Modi)

Pen is mightier than sword എന്ന വാചകം ഇടയ്ക്ക് അദ്ദേഹം ഉദ്ധരിക്കുന്നുമുണ്ട്. ഭാഗ്യം!

ഇന്ത്യ അഭിമുഖീകരിക്കുന്ന ഏറ്റവും മാരകമായ പ്രശ്നം ചപ്പുചവറുകളാണെന്ന അദ്ദേഹത്തിന്റെ തോന്നൽ ഞാൻ ചെറുതാക്കിക്കാണുന്നില്ല. എന്നാൽ യഥാർത്ഥവും കൂടുതൽ മാരകവുമായ അഴുക്ക് എന്താണെന്ന കാര്യത്തിൽ അദ്ദേഹത്തിനു തീർച്ചയുണ്ടാകേണ്ടതുണ്ട് എന്നു ഞാൻ വിചാരിക്കുന്നു. പരിണതപ്രജ്ഞരെന്ന് അദ്ദേഹം കരുതുന്ന എഴുത്തുകാരടക്കമുള്ള വ്യക്തികൾക്ക് ചപ്പുചവർ വിഷയത്തേക്കാൾ മുന്തിയ വിഷയങ്ങളിലുള്ള അഭിപ്രായങ്ങൾ കേൾക്കാനും അവ പരിഗണിക്കാനും അദ്ദേഹം തയ്യാറായേക്കുമോ? ഇന്ത്യയിൽ അടുത്ത കാലത്ത് നടപ്പിലാക്കിയ, പരാജയമെന്ന് ഇപ്പോൾ സർക്കാർ തന്നെ സമ്മതിക്കുന്ന, പരമപ്രധാനമായ വിഷയങ്ങളിൽ ഇത്തരത്തിലുള്ള ഒരു അഭിപ്രായ സ്വാംശീകരണത്തിന്റെ അഭാവം മുഴച്ചുനിൽക്കുന്നില്ലേ? മൻ കീ ബാത്ത് പോലെ, റേഡിയോയെ പറ്റിയുള്ള ആ പഴയ ചൊല്ലിനെ അന്വർത്ഥമാക്കുന്ന, ഒരു വശത്തേക്കു മാത്രം സാധ്യമാകുന്നതും തിരികെ അങ്ങോട്ടു കേൾക്കാൻ സാധ്യതയില്ലാത്തതുമായ, ഒട്ടേറെ കാര്യങ്ങൾ രാജ്യത്തു നടക്കുന്നതിനെക്കുറിച്ച് ഞങ്ങൾ എഴുത്തുകാരുടെ അഭിപ്രായങ്ങൾ അങ്ങു ചെവിക്കൊള്ളുമോ?

നമ്മൾ ചെയ്യാൻ പോകുന്ന എന്തെങ്കിലും ഒരു കാര്യത്തിന്റെ ഫലപ്രാപ്തിയെക്കുറിച്ച് സന്ദേഹമുണ്ടാകുന്ന വേളയിൽ അതു വേണമോ വേണ്ടയോ എന്നു നിശ്ചയിക്കാനുള്ള എളുപ്പവഴിയെക്കുറിച്ച് നമുക്കു പറഞ്ഞു തന്ന ആളുടെ ജന്മദിനമാണിന്ന്. മഹാത്മജി പറഞ്ഞു: "അപ്പോൾ നിങ്ങൾ ഏറ്റവും ദരിദ്രനായ ഒരുവന്റെ മുഖം മനസ്സിൽ കാണുക. നാം ചെയ്യാൻ പോകുന്ന ഈ കർമ്മം കൊണ്ട് ആ പാവം മനുഷ്യൻ എന്തു ഗുണമാണ് ഉണ്ടാവുക എന്നു സങ്കൽപിക്കുക. ഒന്നുമില്ലെന്നാണ് ഉത്തരമെങ്കിൽ അതുപേക്ഷിക്കാം!"

ഈ ചെറിയ വാചകം പ്രതാപശാലിയായ വലിയൊരു അധികാരമൂർത്തിയെ ഓർമ്മിപ്പിച്ചുകൊണ്ട് നിർത്തട്ടെ

ജയ് മഹാത്മാ ഗാന്ധി! ■

ദീപാവലിയുടെ വെളിച്ചം

ദീപാവലിക്കാണ് ഇപ്പോൾ മക്കളുടെ അവധിക്കാലം. ഞങ്ങൾ ആലുവക്കാർക്ക് സാധാരണ ദീപാവലി ആഘോഷങ്ങൾ പതിവില്ല. പടക്കം പൊട്ടിക്കലോ ദീപങ്ങൾ തെളിക്കലോ മധുര പലഹാര വിതരണമോ ഉണ്ടാകാറില്ല. ഗുജറാത്തികളുടെ ആധിക്യമുള്ള കോഴിക്കോട്ട് താമസം തുടങ്ങിയിട്ട് രണ്ടു ദശകങ്ങൾ പിന്നിട്ടെങ്കിലും ഇവിടേയും ഇത്രകാലവും ദീപാവലി ചുമ്മാ കടന്നുപോവുകയായിരുന്നു.

എന്നാൽ ഏറെക്കാലത്തിനു ശേഷം, ഇന്നലെ മക്കൾ രണ്ടാളും ബാംഗ്ലൂരിൽനിന്ന് അവധിക്കെത്തിയപ്പോൾ ഞങ്ങളുടെ മനസ്സിൽ ദീപാവലി അതിന്റെ വരവറിയിച്ചു ആദ്യമായി.

മഴ നനഞ്ഞു നടന്ന് ഞാൻ കുറെ മൺചെരാതുകൾ വാങ്ങി. മക്കൾ വന്നിട്ടുണ്ടെന്നു പറഞ്ഞപ്പോൾ പുഴുപ്പല്ലുള്ള വൃദ്ധനായ വിൽപ്പനക്കാരൻ എനിക്ക് 50 രൂപയ്ക്ക് പ്രതീക്ഷിച്ചതിലധികം ചെരാതുകൾ തന്നു. 'എന്റെ പെണ്മക്കൾക്ക് ഇപ്പോൾ വയസ്സായി സാറേ' എന്ന് അയാൾ പറഞ്ഞപ്പോൾ ആ കവിളിൽ വീണ മഴത്തുള്ളികൾ കണ്ണീരിനേക്കാൾ തിളങ്ങി.

ഓ, ഈ ജീവിതം എങ്ങോട്ടേക്കാണ് ഇത്രവേഗം ഓടിപ്പോകുന്നത്!

■

തമ്പിച്ചേട്ടന് ഒരു പാട്ട്

കഴിഞ്ഞ വർഷം അവസാനമാണ് ഞാൻ ആദ്യമായി ശ്രീകുമാരൻ തമ്പിയെ നേരിൽ കണ്ടത്. കോഴിക്കോട്ടു വച്ച് നടന്ന ഗംഭീരമായ ഒരു ആദരസന്ധ്യയിൽ നായകനായി പങ്കെടുത്തതിനുശേഷം, കരിപ്പൂർ വിമാനത്താവളത്തിൽ നിന്ന് ഷാർജയ്ക്കുള്ള വണ്ടി കാത്തിരിക്കുകയായിരുന്നു അദ്ദേഹം. ഷാർജ ബുക്ക് ഫെസ്റ്റിവലിൽ പങ്കെടുക്കാനായി ഞാനും ഞരളത്ത് ഹരിഗോവിന്ദനും അതേ വിമാനം പിടിക്കാൻ ചെന്നത് എന്റെ ഭാഗ്യമായി.

"വി.ഐ.പി ലോഞ്ചിൽ നമ്മുടെ തമ്പിച്ചേട്ടൻ ഇരിപ്പുണ്ട്. നിങ്ങളുടെ അതേ വിമാനം കാത്ത്!", വിമാനത്താവളത്തിലെ ഉദ്യോഗസ്ഥനും എന്റെ സുഹൃത്തുമായ രാജേഷ് ഞങ്ങളെ അകത്തേക്കു നയിക്കുമ്പോൾ പറഞ്ഞു.

"ശ്രീകുമാരൻ തമ്പി?", ഞാൻ അദ്ഭുതത്തോടെ ചോദിച്ചു.

പഴയ പാട്ടുകളോടുള്ള എന്റെ തീരാപ്രണയം അറിയാവുന്ന രാജേഷ് അതേയെന്ന് തലയാട്ടിയപ്പോൾ ഞാൻ

ഇടയ്ക്കലമ്പടൻ ഹരിഗോവിന്ദനോടു പറഞ്ഞു: "എങ്കിൽ ഇന്നു രാത്രി ആകാശത്ത് പാട്ടും കൊട്ടും മുഴങ്ങും!"

എന്നെ കണ്ടപ്പോൾ ആജന്മ സുഹൃത്തിനെ എന്ന പോലെ അദ്ദേഹം എഴുന്നേറ്റുവന്നു കെട്ടിപ്പിടിച്ചു: "നാറാപിള്ളയെ സൃഷ്ടിച്ചയാളല്ലേ, ഞാനന്നു മുതൽ തന്റെയൊരു ഫാനാണ്" എന്ന് അദ്ദേഹം പറഞ്ഞപ്പോൾ എന്റെ പ്രാണൻ വിറച്ചു.

തമ്പിച്ചേട്ടാ! ഞാൻ വിളിച്ചു. താങ്കളുടെ എത്രയെത്ര അനശ്വരഗാനങ്ങളാണ് എന്റെ കുട്ടിക്കാലത്തിനെ നീരൊഴിച്ച് കരിഞ്ഞുപോകാതെ കാത്തത്! ഞാൻ ആ കൈവിരലുകളിൽ പിടിച്ചു. ഒരസ്സൽ ഗാനം പോലെ ലോലം!

ആ യാത്രയുടെ വിശദാംശങ്ങളെക്കുറിച്ച് ഞാൻ വഴിയെ എഴുതാം. ഇപ്പോൾ അതിലെ ഒരു നിമിഷം മാത്രം പങ്കു വയ്ക്കട്ടെ.

സംഭാഷണമെല്ലാം ഒടുങ്ങി ഞാനും ഹരിഗോവിന്ദനും വിമാനത്തിൽ ഉറക്കം പിടിച്ചിട്ടും അദ്ദേഹം ഒരു പോള കണ്ണടച്ചില്ല. പുലർച്ചെ ഷാർജയിൽ ഇറങ്ങുവോളവും ഓരോ അരമണിക്കൂറിലും ഞാൻ കണ്ണുതുറന്ന് അങ്ങേ വശത്ത് ഏകാകിയായി പുറത്തെ ഇരുട്ടിലേക്ക് നോക്കി ഏതോ പഴയ ഗാനം മൂളിക്കൊണ്ടിരിക്കുന്ന ആ മനുഷ്യനെ ശ്രദ്ധിക്കുന്നുണ്ടായിരുന്നു.

"തമ്പിച്ചേട്ടൻ ഉറങ്ങുന്നില്ലേ", ഒടുവിൽ ഞാൻ ചോദിച്ചു.

അതിനദ്ദേഹം പറഞ്ഞ മറുപടി ഇപ്പോഴും എന്റെ ഹൃദയത്തിൽ മുഴങ്ങുന്നു: "ഇറ്റ്സ് ഓക്കെ സുഭാഷ്. എന്റെ മോൻ മരിച്ചതിൽപ്പിന്നെ എനിക്ക് രാത്രികൾ ഉറക്കമില്ലാത്തതായി."

ഉമ്മ തമ്പിച്ചേട്ടാ. അങ്ങ് അന്നു രാത്രി ഒറ്റയ്ക്കുമൂളി നേരം വെളുപ്പിച്ച ആ പാട്ടുകൾ ഏതൊക്കെയാണെന്നു എനിക്കു തിരിഞ്ഞില്ല. എങ്കിലും അക്കൂട്ടത്തിൽ ഈ ഗാനം ഉണ്ടാകുമെന്നെനിക്കുറപ്പാണ്. കാരണം വേദന നിറഞ്ഞ ആ വാചകം ഉച്ചരിക്കുമ്പോഴും അങ്ങയുടെ മുഖത്ത് ലോകത്തെ അറിഞ്ഞവർക്കുമാത്രം സ്വന്തമായുള്ള ആ മനോഹര മന്ദഹാസം ഉണ്ടായിരുന്നു.

"എൻ മന്ദഹാസം ചന്ദ്രികയായെങ്കിൽ!" എന്ന് ലോകത്ത് ഒരേയൊരു പുരുഷനേ പ്രാർത്ഥിച്ചിട്ടുള്ളൂ. ആ തമ്പിച്ചേട്ടന് നമ്മൾ രണ്ടാളും ജീവിച്ചിരിക്കേ എന്റെ സ്നേഹാദരമായി ഈ ഗാനം സമർപ്പിക്കുന്നു. ■

തുരുത്തിൽ ഒരു ശ്യാമ

ഞായറാഴ്ചയാണ് മൺറോ തുരുത്തിലേക്ക് ശ്യാമ വന്നത്. ദൈവം വിശ്രമിച്ച ദിവസം.

സംസ്ഥാനത്തുനിന്ന് തെരഞ്ഞെടുക്കപ്പെട്ട 60 പെൺകുട്ടികളും 23 ആൺകുട്ടികളും പങ്കെടുക്കുന്ന മാതൃഭൂമിയുടെ സാഹിത്യക്യാമ്പിൽ സാഹിത്യത്തെക്കുറിച്ച് ക്ലാസെടുക്കാനാണ് ഞാൻ ശ്യാമ എസ്. പ്രഭ എന്ന ട്രാൻസ്ജെൻഡറിനെ ക്ഷണിച്ചത്. സാക്ഷാൽ അടൂർ ഗോപാലകൃഷ്ണനാൽ കൊടിയേറ്റം നടത്തപ്പെട്ട ക്യാമ്പിൽ, ബാലചന്ദ്രൻ ചുള്ളിക്കാടും പെരുമ്പടവം ശ്രീധരനും പ്രഭാവർമ്മയും റഫീക്ക് അഹമ്മദും കുരീപ്പുഴയും മധുസൂദനൻ നായരുമടക്കം പത്തുമുപ്പതു മഹാപ്രതിഭന്മാർ കുട്ടികൾക്കു ക്ലാസെടുക്കുന്ന ക്യാമ്പിൽ ഒപ്പം വന്നു കുട്ടികളെ പഠിപ്പിക്കുവാൻ. ആരാണീ ശ്യാമ എന്ന് എന്നോടു ചോദിക്കൂ.

ആരാണീ ശ്യാമ?

പണ്ടുപണ്ട്, കുഞ്ഞുങ്ങളുടെ മൊബൈൽഫോൺ മാനിയയ്ക്കും അച്ഛനമ്മമാരുടെ എൻട്രൻസ് കോച്ചിംഗ് കോച്ചിപ്പിടുത്തങ്ങൾക്കും മുൻപ്, തിരുവനന്തപുരത്ത് ശ്യാം എന്നു പേരുള്ള ഒരു പതിന്നാലുകാരൻ ഉണ്ടായിരുന്നു. സ്കൂളിൽ ഒന്നാമനായിരുന്ന, കൂലിപ്പണിക്കാരായ അച്ഛനമ്മമാരുടെ രണ്ടു മക്കളിൽ മൂത്തവനായ ഒരു പത്താം ക്ലാസുകാരൻ. നേരത്തേ പിടികൂടിയിരുന്ന രോഗം അച്ഛന്റെ ജീവനെടുത്തപ്പോൾ, അമ്മയേയും അനുജനേയും സംരക്ഷിക്കാനുള്ള ബാധ്യത ആ പ്രായത്തിലാണ് അവന്റെ കഴുത്തിൽ നുകം കെട്ടിയത്. പഠിപ്പില്ലാത്ത അമ്മ അയൽപക്കങ്ങളിൽ വീടുവേല ചെയ്തുകിട്ടിയ കാശുകൊണ്ട് അവൻ പത്തു പൂർത്തിയാക്കി സ്കൂളിൽ ഒന്നാമനായിത്തന്നെ.

ഓ, അങ്ങനെയൊരു മകൻ നമുക്കും ഉണ്ടായിരുന്നെങ്കിൽ!

വേണ്ടവിധം ചികിൽസ കിട്ടാതെ മരിച്ച അച്ഛനെക്കുറിച്ചുള്ള ഖേദം ഒരു ഡോക്ടറായിത്തീരാനുള്ള മോഹമായി മകനിൽ നിറയുന്നത് കണ്ട് ആ പാവം അമ്മ സന്തോഷിച്ചു. എൻട്രൻസ് കോച്ചിങ്ങിനെക്കുറിച്ച് അവർ കേട്ടിട്ടില്ല, കേട്ടാലും നമ്മുടെ മക്കളെ വിടുന്ന കണക്ക് തന്റെ മകനെ അതിനയയ്ക്കാൻ അവൾക്ക് പാങ്ങില്ല. മകനും അതറിയാമായിരുന്നു. തന്റെ ബുദ്ധിയെ മാത്രം കൂട്ടുപിടിച്ച്, അച്ഛനെ ധ്യാനിച്ച് അക്കുറി അവനും മെഡിക്കൽ എൻട്രൻസ് എഴുതി. സംസ്ഥാനത്ത് മുന്നൂറ്റിയെട്ടാം റാങ്കിൽ തന്റെ മികവ് അടയാളപ്പെടുത്തി.

ഓ, ഇങ്ങനെയൊരു മകൻ നമുക്ക് ഉണ്ടായിരുന്നെങ്കിൽ!

പക്ഷേ നമ്മളറിയാത്ത ചിലത് അക്കാലങ്ങളിൽ അവനിൽ സംഭവിക്കുന്നുണ്ടായിരുന്നു. മുന്നൂറ്റിയെട്ടാമനായായാലെന്താ, അവൻ ഒരു ആണും പെണ്ണും കെട്ടവനാണല്ലോ എന്ന് തോറ്റമ്പിയ ചങ്ങാതിമാർക്ക് പരിഹാസമെയ്ത് മുറിപ്പെടുത്താൻ കഴിയുമാറുള്ള എന്തോ ഒന്ന്! അവന്റെ സ്വരത്തിൽ, നടത്തയിൽ, ഇഷ്ടങ്ങളിൽ ആളിപ്പിടിക്കുന്ന ഒരു സ്ത്രീത്വത്തെ കൂട്ടുകാർ തിരിച്ചറിഞ്ഞു. ആണും പെണ്ണും 'ആളു'ന്നത് എന്നല്ല, ആണും പെണ്ണും 'കെട്ട'ത് എന്നവർ അതിനെ മാറ്റി വ്യാഖ്യാനിച്ചു. മറ്റെല്ലാത്തിലും തങ്ങളേക്കാൾ മിടുക്കുള്ള ഒരു മനുഷ്യജന്മത്തെ എക്കാലത്തേക്കുമായി ഇകഴ്ത്തി നശിപ്പിക്കാൻ അവർക്ക് അതു ധാരാളമായിരുന്നു ആണിന്റെ പെണ്ണത്തം!

കൂട്ടുകാരും നാട്ടുകാരും പിന്നെപ്പിന്നെ വീട്ടുകാരും അവനെ പരിഹസിച്ചു. ശകാരിച്ചു. അധിക്ഷേപിച്ചു. നിന്നെ പെറ്റ ദിനം മുടിഞ്ഞു പോകട്ടെ എന്ന് പെറ്റമ്മ പോലും ശപിച്ചു. ശ്യാം എന്ന ആൺകുട്ടി അങ്ങനെ മരിച്ചു. പകരം ശ്യാമ എന്ന പെൺകുട്ടി പതിനഞ്ചാംവയസ്സുകാരിയായി ജനിച്ചു.

കഥയേക്കാൾ വിചിത്രമായ ഒരു മനുഷ്യജീവിതകഥ ഞാൻ ചുരുക്കുകയാണ്. ശ്യാമ എന്ന പെൺകുട്ടി യുവതിയായി. പകൽ അറച്ചു

നിന്നവർ രാത്രി തന്നെ സ്നേഹിക്കാൻ എത്തുന്നതു കണ്ട് അവൾ അറച്ചു. ഡോക്ടർ പഠനത്തിനു യോഗ്യത നേടിയിട്ടും അതിൽ തുടരാൻ ഭാഗ്യമില്ലാതെ പോയ ആ പഴയ കുട്ടിയുടെ ജീവിതം പുതിയ വഴികളിലൂടെ ഒഴുകി. ആരുടെയൊക്കെയോ വ്യാജവും നിർവ്യാജവുമായ കരുണയിൽ അവൾ ബി എയും ബി എഡും എമ്മെഡും നേടി. മലയാള സാഹിത്യം ഐച്ഛികമാക്കി എം എ എടുത്തു. കേൾക്കൂ, കേരള സർവകലാശാലയിൽ നിന്ന് മൂന്നാം റാങ്കോടെ!

ഓ, ഇങ്ങനെയൊരു മകൾ നമുക്ക് ഉണ്ടായിരുന്നെങ്കിൽ!

ആണും പെണ്ണുമായി മുന്നിൽ നിരന്നിരിക്കുന്ന 83 യുവ പ്രതിഭകളോട് ഞാൻ ചോദിച്ചു: "പറയൂ, ഇത്രയും മികവുള്ള ഒരാൾക്ക് കൊടുക്കാൻ നമ്മുടെ സമൂഹത്തിന്റെ കയ്യിൽ എന്തുണ്ട്?"

ഒരു മണിക്കൂർ നീണ്ട മനോഹരമായ പ്രസംഗം കഴിഞ്ഞ് ശ്യാമ ഇരിക്കാൻ തുടങ്ങുകയായിരുന്നു. കേരളത്തിൽ ആദ്യമായി ഒരു സാഹിത്യശില്പശാലയിൽ അത്തരമൊരാൾ ക്ലാസെടുക്കുകയായിരുന്നു അഭിമാനത്തോടെ. അതിനവർ എനിക്കു നന്ദി പറഞ്ഞപ്പോൾ ആ ചരിത്ര സന്ദർഭത്തിന്റെ ഡയറക്ടറാകാൻ നിയോഗമുണ്ടാക്കിയ കാലത്തിനു മുന്നിൽ ഞാൻ മനസ്സാ പ്രണമിച്ചു. മുന്നിലിരുന്ന പുതിയ കാലത്തിന്റെ കുഞ്ഞുങ്ങളുടെ നിഷ്കളങ്ക മനസ്സിനു ആ പ്രണാമം പിടികിട്ടിയിരുന്നു.

സാഹിത്യത്തേക്കാളേറെ ജീവിതത്തെക്കുറിച്ച് മനസ്സിലാക്കുകയാണു തങ്ങൾ എന്ന തിരിച്ചറിവ് സ്വന്തം ഇരിപ്പിടങ്ങളിൽ നിന്ന് അവരെ പൊന്തിച്ചു. അതുവരെ തങ്ങൾ ശ്രവിച്ച ഏതെഴുത്തുകാരനു നൽകിയതിനേക്കാളും വലിയ കരഘോഷത്തോടെ, കണ്ണീരോടെ അവർ മലയാള മണ്ണിൽ ആദ്യമായി ഒരു ട്രാൻസ് ജെൻഡർ വ്യക്തിക്ക് ഇംഗ്ലീഷിൽ പറയാറുള്ള സ്റ്റാൻഡിങ് ഓവേഷൻ അർപ്പിച്ചു.

ആരും കാണാതെ ഞാൻ കണ്ണീർ തുടച്ചു.

■

പ്രിയപ്പെട്ട അനുജത്തി

മലത്തേക്കാൾ മലിനമായ ഒരു കാലത്തിൽ പെട്ടുപോയ ശതലക്ഷം യുവജനങ്ങൾക്ക് ഈ പേർ, ഈ അന്തസ്സ്, നിർഭയം ഉയർത്തിപ്പിടിക്കുന്ന ഈ ശിരസ്സ് ഒരു വിളക്കുമരം പോലെ വഴി കാണിക്കട്ടെ. ഇങ്ങനെയൊരു മകളെ ഞങ്ങൾക്കു തന്ന ആ മാതാപിതാക്കളുടെ കാൽക്കൽ മനുഷ്യാന്തസ്സിനു വേണ്ടി നിലവിളിക്കുന്ന ആയിരങ്ങളെ പ്രതിനിധീകരിച്ച് ഈ എഴുത്തുകാരന്റെ പ്രണാമം!

പ്രിയപ്പെട്ട അനുജത്തീ,

മുൻപേ നടക്കുക. ഞങ്ങളുടെ കുഞ്ഞുങ്ങൾക്ക് ചൂണ്ടിക്കാണിക്കാൻ ഇപ്പോൾ ഇതുപോലൊരാളെ ആവശ്യമുണ്ട്.

സ്വന്തം സുഭാഷ് ചന്ദ്രൻ

■

അച്ഛൻ;
അറിയാൻ....

കമ്പനിപ്പണിക്കിടയിൽ വലതുകൈയിലെ നടുവിരൽ അറ്റു പോയ അച്ഛനെ എനിക്കിപ്പോൾ ഓർമിക്കണം. മൂലധനം വായിച്ചിട്ടില്ലാത്ത കമ്മ്യൂണിസ്റ്റായിരുന്നു അച്ഛൻ. കുട്ടിക്കാലത്ത് പാട്ടിനും കവിതയ്ക്കും പഠനത്തിനും സമ്മാനം വാങ്ങിച്ചെല്ലുമ്പോൾ വ്യവസായവിപ്ലവത്തിന് കൈവിരൽ നേദിച്ച അദ്ദേഹം മൂർദ്ധാവിൽ കൈവെച്ച് ചേർത്തുപിടിക്കുമായിരുന്നു വാക്കുകളില്ലാതെ.

ജീവിതകാലം മുഴുവൻ കമ്മ്യൂണിസ്റ്റായിരുന്ന അച്ഛൻ ഒരിക്കലേ മദ്യപിച്ചുള്ളൂ ഞങ്ങളുടെ ജില്ലാ കൗൺസിലിലേക്ക് ഒരു ഇടതുപക്ഷ സ്ഥാനാർത്ഥി ജയിച്ച സന്ദർഭത്തിൽ. കുറെക്കാലം തുടർച്ചയായി ആലുവയിലും എറണാകുളത്തും കോൺഗ്രസ് എം.എൽ.എ.യും കോൺഗ്രസ് എം.പി.യും മാത്രം തിരഞ്ഞെടുക്കപ്പെടുന്ന നാളുകളായിരുന്നു അത്. ആദ്യമായി ജില്ലാ കൗൺസിൽ തിരഞ്ഞെടുപ്പ് നടക്കുകയായിരുന്നു.

ജയാഘോഷങ്ങളിൽ നിന്നു മാറി ഒറ്റയ്ക്കു കാണപ്പെട്ട അദ്ദേഹം പതിവില്ലാതെ ചിരിക്കുന്നതു കണ്ടപ്പോൾ ഞാൻ ചോദിച്ചു: "അച്ഛൻ കുടിച്ചോ?"

മകന്റെ മുന്നിൽ തല കുനിച്ചുകൊണ്ട് അച്ഛൻ

വികാരാധിക്യത്തോടെ പറഞ്ഞു: “ഇന്നല്ലെങ്കിൽപ്പിന്നെ എന്നാണെടാ എനിക്കു കുടിക്കാൻ കഴിയുക?”

എട്ടുവർഷം മുമ്പ് അച്ഛൻ മരിച്ചു. പണ്ട് അലൂമിനിയം കമ്പനിയിലേക്ക് അദ്ദേഹം നടന്നുതീർത്ത ദൂരമത്രയും ഒരിക്കൽക്കൂടി എന്റെ കാറിൽ ഇരുത്തിക്കൊണ്ടുപോകണമെന്ന ദുരാഗ്രഹം എനിക്കുണ്ടായിരുന്നു. എന്നാൽ ആ നാണംകെട്ട തമാശയിൽ പങ്കാളിയാക്കാതെ കാലം അദ്ദേഹത്തെ കാത്തു. പകരം, സഞ്ചയനത്തിനു പെറുക്കിയ അസ്ഥികൾ മടിയിലും പിന്നെ ചാക്കിൽ വടിച്ചുകൂട്ടിയ ചാരം ഡിക്കിയിലുമാക്കി ഞങ്ങൾ ആലുവാപ്പുഴയിലേക്കു പോയി. ആലുവാപ്പുഴയിൽ ചെന്ന് അച്ഛനെ കൊട്ടിക്കളഞ്ഞിട്ട് തിരിച്ച് കോഴിക്കോട്ടെത്തിയപ്പോൾ പുത്തൻ കാറിന്റെ ഡിക്കിയിലെ വെൽവെറ്റിൽ ഓട്ടച്ചാക്കിൽനിന്നു തൂവിയ ഭസ്മം പറ്റിയിരുന്നത് അസ്വാസ്ഥ്യമുണ്ടാക്കി. മോനേ, മോനേ എന്നു വിളിച്ച് എന്നോടൊപ്പം കോഴിക്കോട്ടേക്കു പോന്ന കുറച്ചു ചാരം.

അച്ഛാ, എല്ലാം കത്തിത്തീരുകയാണല്ലോ. സുഖജീവിതകാമനകൾ അച്ഛന്റെ മകനെയും ജീവിച്ചിരിക്കെത്തന്നെ ചാരമാക്കിത്തീർക്കുന്ന കാലവും വന്നല്ലോ. അവസാനത്തെ കനലും അണയുംമുൻപ് ഇത്രയെങ്കിലും എഴുതിവെച്ചതിന് പണ്ടത്തെപ്പോലെ എന്റെ നെറുകയിൽ ഒരിക്കൽകൂടി തൊടണേ!

(മനുഷ്യന് ഒരാമുഖം എന്ന നോവലിന്റെ മുൻകുറിപ്പിൽനിന്ന്)

■

മധ്യവയസ്കൻ എന്ന നിലയിൽ എഴുത്തുകാരന്റെ ജീവിതം

ജെയിംസ് ജോയ്സിന്റെ പ്രസിദ്ധമായൊരു നോവലിനെ അനുകരിച്ച് ഈ കുറിപ്പിന് തലക്കെട്ടിട്ടത് മനപ്പൂർവ്വമാണ്. അഞ്ചലിലെ ആനന്ദഭവൻ സ്കൂളിൽ ഒരു ചടങ്ങിൽ സംബന്ധിച്ച കാര്യം മുൻപ് എഴുതിയിരുന്നല്ലോ. ആ ചടങ്ങിൽ സംസ്ഥാന മൃഗസംരക്ഷണ വകുപ്പ് മന്ത്രി ശ്രീ കെ. രാജുവും പങ്കെടുത്തിരുന്നു. പ്രിയപ്പെട്ട എഴുത്തുകാരന്റെ മുഖം വരച്ച് അത് നേരിൽ സമർപ്പിക്കുവാൻ വഴിയില്ലാതെ സങ്കടപ്പെട്ട ഒരു ചിത്രകാരിക്ക് ആ സന്ദർശനം അപ്രതീക്ഷിതമായ

ഒരു സന്ദർഭം സമ്മാനിച്ചു- മന്ത്രിയെക്കൊണ്ട് ആ ചിത്രം സമ്മാനിപ്പിക്കുക!

ഈ ഫോട്ടോയിൽ കാണുന്ന ലിനി ടീച്ചറാണ് പ്രതിഭാശാലിയായ ആ ചിത്രകാരി.

സ്വന്തം മുഖം മറ്റൊരാളുടെ വരയിലൂടെ കാണുന്ന എഴുത്തുകാരന്റെ മുഖഭാവം നോക്കൂ. അതു സമ്മാനിക്കുന്ന മന്ത്രിയുടെ മുഖഭാവം, ഇതിനെല്ലാം കാരണഭൂതനായ സുരേന്ദ്രൻ മാഷിന്റെ മുഖഭാവം, ഏറ്റവുമൊടുവിൽ ആ ചിത്രകാരിയുടെ മുഖഭാവം...

രസകരമാണ് മധ്യവയസ്കനായ ഒരെഴുത്തുകാരന്റെ ജീവിതം, അല്ലേ?

(Portrait of a middle aged man as a writer)

■

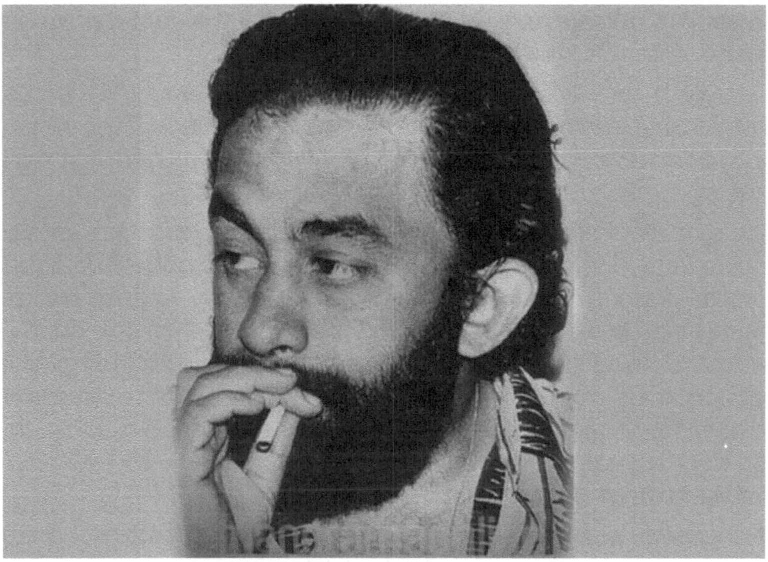

ഹൃദയം പോലെ മിടിക്കുന്ന ഒരോർമ്മ

ഇന്ന് പത്മരാജന്റെ ശ്രാദ്ധമാണ്. അദ്ദേഹത്തിന്റെ തറവാട്ടിൽ ചടങ്ങിനായി ഒത്തുകൂടിയ ബന്ധുക്കൾക്കിടയിൽ ഇരുന്ന് മകൻ അനന്തപത്മനാഭൻ - എന്റെ പപ്പൻ - എനിക്കൊരു മെസേജ് അയച്ചു: ദേവാങ്കണങ്ങൾ കൈയൊഴിഞ്ഞ താരകം എന്ന പാട്ട് രണ്ടു വരി ഒന്നു പാടിത്തരുമോ?

പത്മരാജനെക്കുറിച്ചോർക്കുമ്പോഴൊക്കെ എന്റെ വാരിയെല്ലുകൾക്കിടയിൽ ഹൃദയം മേലുകീഴ് ചാടാൻ തുടങ്ങും. ഒരേ ഗർഭപാത്രത്തിൽ നിന്നു പിറന്നതുപോലുള്ള, ഒരേ അപരലോകത്തിൽ നിന്നു ഭൂമിയിലേക്കു വന്നതുപോലുള്ള ഒരാത്മബന്ധം ഉള്ളിൽ വന്നു കനക്കും. ഞാൻ ഒരിക്കലും അദ്ദേഹത്തെ നേരിട്ടു കണ്ടിട്ടില്ല. മനുഷ്യന് ഒരാമുഖം വായിച്ച്എന്നെ ആദ്യം അഭിനന്ദിച്ചവരിൽ ഒരാൾ അദ്ദേഹത്തിന്റെ പ്രിയപത്നി രാധാലക്ഷ്മിച്ചേച്ചിയായിരുന്നു. "ജിതേന്ദ്രൻ ആൻമേരിക്കെഴുതിയ കത്തുകളൊക്കെ എന്റെ പപ്പൻ എനിക്കെഴുതിയ കത്തുകൾ പോലെ! ഭർത്താവിന്റെ മരണശേഷം മുറിയടച്ചിരുന്ന് പഴയ

കത്തുകൾ വീണ്ടും വായിക്കുന്ന ആൻ മേരി ഞാൻ തന്നെ! ഇതൊക്കെ മോൻ എങ്ങനെയറിഞ്ഞു?"

എന്റെ നമ്പർ കണ്ടെത്തി ആദ്യമായി വിളിച്ച വേളയിൽ അവർ വിസ്മയിച്ചു. അന്നു മുതൽ എന്നെ മോനേ എന്നു വിളിക്കുന്നു. രണ്ടാം പപ്പൻ- അനന്തപത്മനാഭൻ- എന്നെ ഒരു ജ്യേഷ്ഠനെപ്പോലെ സ്നേഹിക്കുന്നു.

ഇന്ന് അവന്റെ മെസേജ് വായിച്ചപ്പോൾ വീണ്ടും ഞാൻ ആ ഹൃദയ സാന്നിധ്യം അറിഞ്ഞു. ജീവിച്ചിരുന്നപ്പോൾ അദ്ദേഹത്തെ പലമട്ടിൽ വേദനിപ്പിക്കാനും പിന്നിൽ നിന്നു കുത്താനും ശ്രമിച്ച ആളുകളുണ്ടായിരുന്നുവെന്ന് രാധാലക്ഷ്മിച്ചേച്ചി പുസ്തകത്തിൽ എഴുതിയതു വായിച്ച് ഞാൻ വിഷമിച്ചിട്ടുണ്ട്. ദൈവം തലയിൽ കൈവച്ച് ഭൂമിയിലേക്ക് ഇറക്കിവിടുന്നവരെ തത്സമയം മനസ്സിലാക്കാൻ പാവം മനുഷ്യർക്ക് സാധിക്കാതെ പോകുന്നു എന്നതിൽ കുറ്റം പറയാനാവില്ല. കൈയിലുള്ള ചെറിയ ചിരട്ടകൊണ്ട് ആ പാവങ്ങൾ മഹാസമുദ്രങ്ങളെ അളക്കാനും മാർക്കിടാനും ശ്രമിക്കുമ്പോൾ മറ്റെന്തു പ്രതീക്ഷിക്കാൻ?

എങ്കിലും ചേച്ചീ, ആ അസ്സൽ ഗന്ധർവ്വനെ സ്നേഹിക്കാനും പ്രണയിക്കാനും അകലെയിരുന്നു ശ്രാദ്ധമൂട്ടാനും 27 വർഷങ്ങൾക്കിപ്പുറവും ആളുകളുണ്ട്, അവരിൽ ഒരുവനാണ് ഈയുള്ളവനും.

ഫോണിൽ ഞാൻ ആ പാട്ട് പപ്പനു പാടി അയയ്ക്കുമ്പോൾ എന്തുകൊണ്ടോ കണ്ഠമിടറുന്നു. കല്ലുപോലുള്ള എന്തോ ഒന്ന് നെഞ്ചിൽ കനക്കുന്നു. എങ്കിലും ഞാൻ പാടി മുഴുമിക്കുന്നു. കാരണം പത്മരാജൻ മരിച്ചാൽ പുലയുള്ളവനാണ് ഞാനെന്ന് അദ്ദേഹം ഭൂമിയിൽ ഉണ്ടായിരുന്നപ്പോഴേ ഞാൻ തിരിച്ചറിഞ്ഞിരുന്നു.

■

അഭിമാനം തോന്നുന്ന പ്രഭാതം

ഇന്നു രാവിലെ കമ്പ്യൂട്ടർ തുറന്നപ്പോൾ പതിവില്ലാത്ത ഒരു സന്തോഷം ആത്മാവിൽ തെളിഞ്ഞു. ഗൂഗിളിന്റെ ഇന്നത്തെ 'ഡൂഡിൽ' ചിത്രം മലയാളത്തിന്റെ മാധവിക്കുട്ടിയുടേതാണ്. ഇംഗ്ലീഷിന്റെ കമലാദാസിന്റെ, കാലത്തിന്റെ കമലാസുരയ്യയുടെ.

ഒരിക്കൽ മാത്രമേ ഞാനവരെ കണ്ടിട്ടുള്ളൂ. എറണാകുളത്തു വച്ചു നടന്ന ഏതോ പുസ്തകപ്രകാശനത്തിന് മാധവിക്കുട്ടി വരുന്നുണ്ടെന്നറിഞ്ഞ് ഞങ്ങൾ മഹാരാജാസിലെ ചങ്ങാതിമാർ പോയി. മഹാകവി ജി ഓഡിറ്റോറിയത്തിലെ വേദിയിൽ അതാ പ്രതിഭയുടെ ഒരു വെള്ളച്ചാട്ടം കറുത്ത സാരി പുതച്ച് ഇരിക്കുന്നു!

ഒന്നുമല്ലാത്ത ഞാൻ ദൂരെ നിന്ന് അവരെ നമസ്കരിച്ചു.

പിൽക്കാലത്ത് ഡിസി ബുക്സ് രണ്ട് വോളിയമായി പ്രസിദ്ധീകരിച്ച മാധവിക്കുട്ടിയുടെ സമ്പൂർണ സമാഹാരം

ഞാൻ സശ്രദ്ധം പരിശോധിച്ചു. അദ്ഭുതം! ആയിരത്തി അഞ്ഞൂറോളം പുറങ്ങളിൽ വിളഞ്ഞു കിടക്കുന്ന ആ ബൃഹത്തായ അക്ഷരപ്പാടത്ത് ലൈംഗികമെന്നോ ആസക്തിപരമെന്നോ വിശേഷിപ്പിക്കാവുന്ന പരാമർശ ങ്ങളുള്ളത് വെറും അൻപത് പുറങ്ങളിൽ താഴെ മാത്രം! ബാക്കി മുഴുവൻ പുറങ്ങളിലും ഒരു അതിമാനുഷിക്ക് മാത്രം എഴുതാൻ കഴിയുന്ന അതി സുന്ദരമായ അസ്സൽ സാഹിത്യം!

മാധവിയേടത്തീ, സുരയ്യ ഇത്താത്ത, നിങ്ങളെയാണല്ലോ ഞങ്ങൾ മലയാളികൾ കാമവും അശ്ലീലവും മാത്രം എഴുതുന്ന ഒരുവളായി കരുതി രഹസ്സി വായിക്കുകയും പരസ്സി വിമർശിക്കുകയും ചെയ്തത്! മാധവി ക്കുട്ടിയേയും മലയാളിക്കുട്ടിയേയും ഓർക്കുമ്പോൾ എനിക്ക് മുണ്ടശ്ശേരി യുടെ ആ പഴയ പ്രയോഗം ഓർമ്മ വരും:

"മത്തേഭത്തിന്റെ മസ്തകത്തിൽ കയറിയിരുന്നു കാഷ്ഠിച്ചിട്ട്
മത്തേഭത്തേക്കാൾ അധികം മഹത്ത്വമുണ്ടെന്നു നടിക്കുന്ന കാക്കകൾ!"

■

ഭൂമിയുടെ സ്ഥപതി

ഏറെക്കാലത്തിനു ശേഷം ഇന്ന് സതീശനെ വീണ്ടും കണ്ടു. പതിന്നാലു സംവത്സരങ്ങൾക്കുമുൻപ് എനിക്ക് കോഴിക്കോട്ട് 'ഭൂമി' എന്ന വീടുണ്ടാക്കിത്തന്ന 'വാസ്തുവിത്തി'നെ.

അതേ ഖദർ ഷർട്ട്, അതേ വള്ളിച്ചെരുപ്പ്, അതേ ജനറൽ കമ്പാർട്ട്മന്റ് യാത്ര... സതീശൻ ഒരു തരി പോലും മാറിയിട്ടില്ല.

വീടു പണിയുന്ന കാലത്ത് സതീശൻ എന്നും വരാറുള്ള ഇളം നീല സ്കൂട്ടർ ഓർമ്മിച്ചുകൊണ്ട് ഞാൻ ചോദിച്ചു: "സതീശൻ കാറു വാങ്ങിയില്ലേ?"

'അയ്യയ്യയ്യയ്യേ!', തൃശ്ശൂരുകാരന്റെ ഈണവാണിയിൽ സതീശൻ പറഞ്ഞു: "നമുക്കിപ്പഴും ടുവീലറു തന്നെ. അതിന്റെ ഒരു സുഖം കാറിനു കിട്ട്വോ?"

കേരളത്തിലെ ഏറ്റവും തിരക്കുള്ള ആർക്കിടെക്റ്റുകളിൽ ഒരാളാണ്. തേക്കാത്ത ചെങ്കല്ലിൽ മനോഹരമായ വീടുകൾ കുറഞ്ഞ ചെലവിൽ ഉണ്ടാക്കുന്ന മിടുക്കൻ. മാതൃഭൂമിയിൽ കോഴിക്കോട്ട് കൂടുവച്ച ഞങ്ങൾ പല വരത്തന്മാരുടേയും മയൻ!

മുകളിൽ ഒരു മുറികൂടി അധികം പണിഞ്ഞാലോ എന്നു ചോദിക്കൂ. സതീശൻ പറയും: "അയ്യയ്യയ്യയ്യേ! ഓരോന്നു വെറുതെ ണ്ടാക്കി വച്ചിട്ട് ആ പെണ്ണുമ്പിള്ളയ്ക്ക് അടിക്കലും തൊടയ്ക്കലുമായി എരട്ടി പണീണ്ടാക്കാനോ? ഇപ്പെ ഉള്ളത് ധാരാളം മതീന്നേ!"

പറയുന്നത് നമ്മുടെ വീടിനെക്കുറിച്ചാണ്, നാം പണം മുടക്കുന്ന വീടിനെപ്പറ്റി! ചതുരശ്ര അടി എത്ര കൂടുന്നുവോ അത്രയും തനിക്ക് അധികം പ്രതിഫലം കിട്ടിയേക്കുമെന്നറിയാവുന്ന ആർക്കിടെക്റ്റ് തന്നെയാണ് വിലക്കുന്നത്.

പണിതീരും മുൻപ് കണക്കു നോക്കി സതീശനുള്ള ഫീസ് നീട്ടുമ്പോഴും പറഞ്ഞു: "അയ്യയ്യയ്യയ്യേ! ഇത് തൽക്കാലം നമുക്കിപ്പോ ബ്ലാക്ക് ഓക്സൈഡ് വാങ്ങാനെടുക്കാം. കറുത്ത ചാന്തിട്ട് ഫ്ളോറു തീർത്താൽ നിങ്ങക്ക് താമസം തുടങ്ങാലോ?"

കറുത്ത ചാന്താണ് വീട്ടിൽ ഫ്ളോറിനെന്നു കേട്ടാൽ സന്തുബന്ധുക്കളുടെ മുഖം കറുക്കും എന്ന് ഞാൻ പറഞ്ഞപ്പോൾ സതീശൻ പറഞ്ഞു: "പോവമ്പറ ആ പോത്തോളോട്! അല്ലെങ്കിൽ ഗ്രാനൈറ്റും മാർബിളും ഇടാനുള്ള കാശ് അവരോടു തരാമ്പറ!"

താൻ പണിയുന്ന വീടിന്റെ ഉടമയുടെ ഹൃദയത്തോട് താദാത്മ്യം പ്രാപിക്കുന്ന ഈ ആർക്കിടെക്റ്റിനെക്കുറിച്ച് വിസ്മയിച്ചു. ഏഴായിരവും എണ്ണായിരവും സ്ക്വയർഫീറ്റിൽ ഉയരുന്ന വേറെ ചില വീടുകളുടെ ശില്പിയും ഇയാൾത്തന്നെ എന്നറിഞ്ഞപ്പോൾ ചോദിച്ചു: "അല്ലാ, അവിടെയും കറുത്ത ചാന്തു തന്നെയാണോ ഫ്ളോറിൽ?"

"അയ്യയ്യയ്യയ്യേ!", സതീശൻ പറഞ്ഞു: "അത്തരം പോത്തോൾക്ക് രാജസ്ഥാനീന്ന് നേരിട്ട് മാർബിൾ തന്നെ എറക്കിയാലേ സമാധാനാവുള്ളൂ. പെണ്ണുമ്പിള്ളയ്ക്ക് മുട്ടുവേദന പിടിക്കൂന്നൊക്കെ പറഞ്ഞുനോക്കി. ഒരു രക്ഷേല്ല! ദാ, ഞാനിപ്പൊ രാജസ്ഥാനീന്ന് വന്നേ ള്ളൂ!"

സതീഷ് കുമാർ എന്നാണ് പേരെങ്കിലും സതീശൻ എന്ന് അഭിമാനിയായൊരു മലയാളിയായി മാത്രമേ പേരു പറയൂ. കന്നിമൂലയിൽ അടുപ്പുണ്ടാക്കിയാൽ ഒരു ദോഷവുമില്ലെന്ന് തെളിയിക്കാൻ സ്വന്തം വീടിന്റെ അടുക്കള കന്നിമൂലയിൽ പണിഞ്ഞ ഉൽപ്പതിഷ്ണു!

പട്ടാമ്പിയിൽ നിർത്തിയപ്പോൾ പ്ലാറ്റ്ഫോമില്ലാത്ത വശത്തെ ട്രാക്കിലേക്കിറങ്ങി പാളം താണ്ടിപ്പോകുന്ന ഈ മനുഷ്യനെ നോക്കിയിരിക്കുമ്പോൾ ഹൃദയം എന്നെ പരിഹസിക്കുന്നു: "അയ്യയ്യയ്യയ്യേ! കാലത്തിനൊപ്പിച്ച് കോലം മാറി നടക്കുന്ന പോത്തേ! ആ പോകുന്ന യഥാർത്ഥ മനുഷ്യനെ ഒന്നു നമസ്കരിക്ക്!"

■

ഇത് നിങ്ങൾക്ക്

ഏറെ പ്രശസ്തമായ ക്രോസ് വേഡ് പുരസ്കാരത്തിനായുള്ള ചുരുക്കപ്പട്ടികയിൽ വിവർത്തന വിഭാഗത്തിൽ ഇടം പിടിച്ചിരിക്കുന്നു 'മനുഷ്യനൊരാമുഖം' എന്ന വാർത്ത ഞാൻ എന്റെ പ്രിയവായനക്കാരുമായി പങ്കുവയ്ക്കുന്നതിനു കാരണങ്ങൾ പലതുണ്ട്. അവസാന റൗണ്ടിൽ എത്തിയ അഞ്ചു പുസ്തകങ്ങളിൽ മലയാളത്തിൽ നിന്നുള്ള രണ്ടു നോവലുകൾ ഇടം പിടിച്ചു എന്നതാണ് അതിൽ ഏറ്റവും പ്രധാനം. കൊടുങ്ങല്ലൂരിന്റെ കഥ പറഞ്ഞ ശ്രീ സേതുവും കടുങ്ങല്ലൂരിന്റെ കഥ പറഞ്ഞ ഞാനും ഒരേ നാട്ടുകാർ! രണ്ടുപേരും കടുങ്ങല്ലൂരുകാർ! ഞങ്ങളുടെ പുസ്തകങ്ങൾക്കൊപ്പം ഇടം പിടിച്ചത് ഇക്കഴിഞ്ഞ ജ്ഞാനപീഠം ലഭിച്ച കൃഷ്ണാ സോബ്തിയുടെ പുരസ്കൃത കൃതിയുടെ വിവർത്തനം! പോരാ, നാലാമതുള്ള നോവൽ സാക്ഷാൽ യു. ആർ. അനന്തമൂർത്തിയുടേത്!

ഇവരിൽ ആരുടെ പുസ്തകത്തിനു സമ്മാനം കിട്ടിയാലും ഞാൻ സന്തോഷിക്കും.

ഈയൊരു വലിയ തിരഞ്ഞെടുപ്പിലേക്ക് എന്റെ പുസ്തകത്തെ എത്തിച്ച അതിന്റെ വിവർത്തക ഡോ. ഇ. വി. ഫാത്തിമയ്ക്ക് നമസ്കാരം. എന്നെ യാതൊരുവിധ മുൻപരിചയവും ഇല്ലാതിരുന്നിട്ടും ആ നോവലിനെ കേരളത്തിനും ഇന്ത്യയ്ക്കും പുറത്തും എത്തിക്കാൻ അവർ പ്രകടിപ്പിച്ച അസാമാന്യമായ ദൃഢനിശ്ചയത്തിന്.

എങ്കിലും ഈ സന്തോഷം ഞാൻ സമർപ്പിക്കുന്നത് മനുഷ്യന് ഒരു ആമുഖത്തിന്റെ വായനക്കാർക്കാണ്. കാരണം 'കഴിഞ്ഞ നൂറ്റാണ്ടിൽ ജനിച്ചവർക്കും ഈ നൂറ്റാണ്ടിൽ ജീവിക്കുന്നവർക്കും' എന്ന് ആദ്യപേജിൽ എഴുതി അതു നിങ്ങൾക്കു സമർപ്പിച്ചപ്പോൾ ഞാൻ പുലർത്തിയ ശുഭാപ്തിവിശ്വാസം ശരിയായിരുന്നു എന്ന് എനിക്കുറപ്പുണ്ടാക്കിത്തന്നത് നിങ്ങളായിരുന്നല്ലോ.

എല്ലാവർക്കും നന്ദി!

■

പുതുവർഷ പ്രഭാതം

പുതുവത്സരത്തിലെ ആദ്യപ്രഭാതത്തിനും താങ്കൾക്കും സുഭാഷ് ചന്ദ്രന്റെ വന്ദനം! ശുഭവർഷം ആശംസിക്കുന്നതിനൊപ്പം ഒരു ശുഭചിന്തയും പങ്കുവയ്ക്കട്ടെ. കഴിഞ്ഞ രാത്രിയും ഈ പ്രഭാതവും ഞാൻ വർക്കലയിലേക്കുള്ള തീവണ്ടിയിൽ ഇരിക്കുകയാണ്. ശിവഗിരി തീർത്ഥാടനത്തോടനുബന്ധിച്ച് ഇന്ന് അവിടെ ശ്രീനാരായണ ഗുരുവിനെക്കുറിച്ചൊരു പ്രഭാഷണത്തിനായി സ്വാമിമാരുടെ ക്ഷണം സ്വീകരിച്ച് പോവുകയാണ്. നവകേരളത്തിന്റെ പിതാവായ നാരായണ ഗുരുവിന്റെ ശിഷ്യശിഷ്യനായ നിത്യചൈതന്യയതിക്ക് പതിനാറാം വയസ്സിൽ ഞാൻ സന്ന്യാസം കൊതിച്ച് ഒരു കത്തയച്ചു. അദ്ദേഹം എന്നെ നിരുത്സാഹപ്പെടുത്തി ഗാർഹസ്ഥ്യത്തിലേക്ക് വലയിൽ പെട്ട കുഞ്ഞുമൽസ്യത്തെ അലിവോടെ കടലിലേക്ക് തിരികെയിടുന്ന മുക്കുവനെപ്പോലെ മടക്കി അയച്ചു. അങ്ങനെ ശ്രീനാരായണ ഗുരുവിന്റെ ശിഷ്യനായ നടരാജഗുരുവിന്റെ ശിഷ്യനായ നിത്യചൈതന്യയതിയുടെ ശിഷ്യൻ എന്നറിയപ്പെടാനുള്ള എന്റെ കുട്ടിക്കൊതി അവിടെ അവസാനിച്ചു. ഈ പുതുവർഷ പ്രഭാതം അതുകൊണ്ട് എനിക്ക് എന്തുകൊണ്ടും ഒരു നവ്യാനുഭൂതി തരുന്നു. മതത്തിനും ജാതിക്കും ലിംഗത്തിനും അതീതമായ മനുഷ്യസ്നേഹത്തെക്കുറിച്ച് നാം മലയാളികൾക്കു പറഞ്ഞുതന്ന ഒരു വിശ്വമാനവനെക്കുറിച്ച് സംസാരിച്ചുകൊണ്ട് ഒരു വർഷം തുടങ്ങുമ്പോൾ പ്രത്യേകിച്ചും.

നാരായണഗുരുവിന്റെ ആശയത്തെ മറ്റൊരു തലത്തിൽ, വിധത്തിൽ ഭംഗിയായി വയലാർ രാമവർമ്മ ഒരു സിനിമാപ്പാട്ടിൽ ആവിഷ്കരിച്ചിട്ടുണ്ട്.

ശുഭവർഷ പ്രാർത്ഥനയോടെ സ്വന്തം

■

തൊട്ടേനെ ഞാൻ!

പങ്കജ് ഉദാസിനെ ആദ്യമായി നേരിൽ കാണുകയാണ്. കോഴിക്കോട്ടെ പുരുഷാരത്തിനിടയിൽ ഇരുന്ന്, ആർക്കുമറിയാത്ത ഒരു അധികമിടിപ്പുള്ള ഹൃദയത്തോടെ, ഇന്നലെ.

ഗസൽ ചക്രവർത്തിയായിരുന്ന മെഹ്ദി ഹസ്സനേയും ഗസൽ രാജാവ് ഗുലാം അലിയേയും കോഴിക്കോട് എനിക്കു മുന്നേ കാണിച്ചുതന്നിട്ടുണ്ട്. അവർക്കുമുന്നിൽ ഒരു രാജകുമാരൻ മാത്രമായ പങ്കജ് ഉദാസിനെ നേരിൽ കാണുന്നതിൽ പിന്നെ ഈ അധികമിടിപ്പ് എന്തിന്? ഞാൻ ഹൃദയത്തോട് ചോദിച്ചു.

ഹൃദയം പറഞ്ഞു: കേരളത്തിന്റെ നൂറുവർഷത്തെ വൈകാരിക ചരിത്രം രേഖപ്പെടുത്തിയ ഒരു നോവലിൽ ഒരേയൊരു ഹിന്ദി ഗസലേ പരാമർശിക്കപ്പെടുന്നുള്ളൂ. ആ ഗസലിന്റെ മലയാള തർജമയും അതിൽ എഴുത്തുകാരൻ നിർവഹിച്ചിട്ടുണ്ട്. മുന്നിലിരുന്നു പാടുന്ന ഈ ഗായകന്റേതാകുന്നു ആ ഗസൽ. ആ നോവൽ എഴുതിയ ആളാകുന്നു ഇപ്പോൾ സദസ്സിലിരുന്ന് അദ്ദേഹത്തെ ആദ്യമായി നേരിൽ കാണുന്നത്.

ഗാനങ്ങളുടെ ചരിത്രം മനുഷ്യവികാരങ്ങളുടെ ചരിത്രം കൂടിയാകുന്നു. മനുഷ്യന് ഒരു ആമുഖം എന്ന നോവലിൽ അങ്ങനെയാണ് രണ്ടിടത്തായി രണ്ട് മലയാള സിനിമാഗാനങ്ങൾ പരാമർശിക്കപ്പെട്ടത്. 'പൂന്തുറയിലരയന്റെ പൊന്നരയത്തീ' എന്ന ഗാനമാണ് അതിലൊന്ന്. മറ്റേത് ജിതേന്ദ്രൻ അവസാനമായി കേട്ടു കണ്ണടയ്ക്കുന്ന 'കാട്ടുചെമ്പകം പൂത്തുലയുമ്പോൾ' എന്ന ഗാനവും. എന്നാൽ ഒരു ദേശത്തിന്റെ വൈകാരിക ചരിത്രം എഴുതുമ്പോൾ ആ ദേശക്കാരുടെ ഭാഷയിലുള്ള ഗാനങ്ങൾ മാത്രമല്ലല്ലോ പിന്നണിയിലുണ്ടാവുക. അങ്ങനെയൊരു തോന്നലിൽ

നിന്നാവാം അതിൽ ഒരു ഗസലും ഇടം പിടിച്ചത്. മുഖ്യകഥാപാത്രമായ ജിതേന്ദ്രൻ കാണുന്ന ഒരു സ്വപ്നത്തിൽ പരാമർശിക്കപ്പെടുന്ന ഗസലും അതിന്റെ വിവർത്തനവും പക്ഷേ ആ നോവലിന്റെ എഴുത്തുകാരന്റെ ഏറ്റവും പ്രിയപ്പെട്ട ഗസൽഗായകരായ മെഹ്ദി ഹസ്സന്റേതോ ഗുലാം അലിയുടേതോ ആയിരുന്നില്ല, ഈ പങ്കജ് ഉദാസിന്റേതായിരുന്നു.

"അതെന്താ, മെഹ്ദിസാബിന്റേയോ ഗുലാം അലിയുടേയോ ഗസൽ ചേർക്കാതെ പങ്കജ് ഉദാസിന്റെ പാട്ടെടുത്തത്?", എന്റെ ഗസൽ പ്രണയം അറിയാവുന്ന കൂട്ടുകാർ നോവൽ വായിച്ചുകഴിഞ്ഞു ചോദിച്ചു.

"ദീവാരോം സേ മിൽകർ രോനാ, അച്ഛാ ലഗ്താ ഹൈ, ഹംഭീ പാഗൽ ഹോജായേംഗേ, ഐസാ ലഗ്താ ഹൈ" എന്നു തുടങ്ങുന്ന ഗസൽ. അത് ഞാനാസ്വദിച്ചിട്ടുള്ള ഗസലുകളിൽ ഏറ്റവും മുന്തിയതല്ല. എന്തിന് പങ്കജ് ഉദാസിന്റെ ഗസലുകളിൽത്തന്നെയും അതാണ് ഏറ്റവും മികച്ചത് എന്നും പറയുക വയ്യ. പിന്നെ?

ചില പാട്ടുകൾ അങ്ങനെയാണ്. ചില പ്രത്യേക ജീവിതസാഹചര്യത്തിൽ അതാദ്യമായി നമ്മുടെ ഹൃദയത്തിൽ ഒട്ടിയാൽ പറിച്ചെറിയുക അസാധ്യം. മഹാരാജാസിൽ പഠിക്കുന്ന കാലത്താണ് അതാദ്യം കേട്ടത്. "ചുമരുകളോടൊത്ത് കരയുന്നത് എനിക്കിപ്പോൾ രസമായിരിക്കുന്നു. ഞാനും ഭ്രാന്തനായിത്തീരുമെന്ന് തോന്നുന്നു!" എന്നു തുടങ്ങുന്നു അത്. ഉദാസിന്റെ ഏതോ ഒരാൽബത്തിൽനിന്ന് അന്നേ അതു മനസ്സിൽ

കയറിയതാണ്. പത്തോ പതിനഞ്ചോ വർഷങ്ങൾക്കു ശേഷം നോവലെഴുതുമ്പോഴേക്ക് എനിക്ക് ഉദാസിനേക്കാൾ മുന്തിയ ഗസൽ ഗായകരുടെ ആയിരക്കണക്കിന് ഗസലുകൾ പരിചിതമായിക്കഴിഞ്ഞിരുന്നു. എന്നിട്ടും ഒരു പ്രത്യേക ജീവിതസന്ദർഭത്തെ അക്ഷരങ്ങളിലേക്ക് ആവാഹിക്കുന്ന നേരത്ത് എനിക്ക് ഈ സ്വരം തന്നെ ഓർമയിൽ തികട്ടി വന്നു. ആ ഗാനം എന്നിലുണർത്തുന്ന ആ പ്രത്യേക അനുഭൂതിക്കപ്പുറം മറ്റൊന്നും അവിടെ പകരം വയ്ക്കാനാവില്ലെന്നു വന്നു.

പങ്കജ് ഉദാസിന്റെ ഗസലുകൾ ഓരോന്നായി കാതിൽ പെയ്തൊഴിഞ്ഞു കൊണ്ടിരുന്നു. ഓരോ പാട്ടും അത് ആദ്യമായി കേട്ട കാലത്തിലേക്ക് എന്നെ റാഞ്ചിയെടുത്ത് പറക്കുന്നതറിഞ്ഞ് കണ്ണടച്ചിരുന്നു. അത് കണ്ണീരു തൂവാതിരിക്കാനുള്ള ഒരു സൂത്രം കൂടിയായിരിരുന്നു. പോയ കാലത്തിന്റെ തൂവൽ കൊഴിയാതിരിക്കാൻ.

ഗാനസന്ധ്യ അസ്തമിക്കുന്നു. ഗായകൻ മടങ്ങുകയായി.

പ്രിയ പങ്കജ് ഉദാസ്, താങ്കളെ എനിക്കൊന്നു തൊടണമായിരുന്നു. എന്റെ നോവലിൽ ഒരു പേരും പാട്ടും സമ്മാനിച്ചതിന്റെ ഓർമയ്ക്ക്. എത്രയോ നേരത്തേ എന്റെ ഹൃദയത്തെ തൊട്ടതിനു പ്രതികാരമായി!

സാരമില്ല. അത് ഇനിയൊരിക്കലാകാം. ഗാനം അവസാനിക്കുന്നില്ലല്ലോ...

■

ജടായുക്കണ്ണിൽ ഒരു സെൽഫി

കഴിഞ്ഞ വാരാന്തത്തിൽ കൊല്ലം ജില്ലയിലെ അഞ്ചൽ എന്ന സ്ഥലത്തായിരുന്നു ഞാൻ. ശ്രീ സുരേന്ദ്രൻ മാസ്റ്ററുടെ ആനന്ദഭവൻ സ്കൂളിന്റെ വാർഷികാഘോഷ ത്തിൽ അതിഥിയായി പങ്കെടുക്കാൻ പോയതായിരുന്നു. അഞ്ചൽ എന്ന പേരു കേൾക്കുമ്പോൾ ആദ്യം ഓർമ്മി ക്കുക രാജീവ്അഞ്ചലിനെയാണല്ലോ. ചടയമംഗലത്തെ പടുകൂറ്റൻ മലമുകളിൽ ദക്ഷിണേഷ്യയിലെ ഏറ്റവും വലിയ ശില്പാദ്ഭുതം സൃഷ്ടിച്ച മനുഷ്യൻ. ഗുരു എന്ന സിനിമയിലൂടെ അക്കാദമി നോമിനേഷൻ വരെ യെത്തിയ ചലച്ചിത്രകാരനും ആർട്ട് ഡയറക്റ്ററും. മലയാളി ആയിപ്പോയതു കൊണ്ട് നാം മലയാളികൾ ഇനിയും വേണ്ട വിധം മനസ്സിലാക്കിയിട്ടില്ലാത്ത പ്രതിഭാധനൻ.

അഞ്ചലിൽ വൈകിട്ട് അഞ്ചു മണിക്കായിരുന്നു പരിപാടി. ഞാനവിടെ അതിരാവിലെ എത്തുമ്പോൾ

മനസ്സിൽ ജടായുപ്പാറയിലെ വിസ്മയം നേരിൽ കാണണമെന്ന പൂതിയും ചിറകുവിരിച്ചിരുന്നു. എന്നാൽ ജടായുപ്പാറ ഇനിയും സന്ദർശകർക്കായി തുറന്നുകൊടുത്തിട്ടില്ലെന്ന് വായിച്ചിരുന്നു. ആ മഹാവിസ്മയം കാണ ണമെന്ന തീവ്രമായ ആഗ്രഹം, പണ്ട് സ്കൂളിൽ രാവണനായി അഭിന യിച്ച് ജടായുവിന്റെ ചിറകരിഞ്ഞ കുട്ടി ഉള്ളിലിരുന്ന് വീണ്ടും വീണ്ടും മുന്നോട്ടുന്തിക്കൊണ്ടിരുന്നു.

സ്റ്റേഷനിൽ കാറുമായി കാത്തുനിന്ന സുരേന്ദ്രൻ മാഷ് കണ്ട ഉടനെ സന്തോഷത്തോടെ പറഞ്ഞു: "താങ്കൾ വരുന്നതറിഞ്ഞ് രാജീവ് അഞ്ചൽ ഹോട്ടലിൽ കാത്തിരിക്കുന്നുണ്ട്. ജടായുപ്പാറ ചുറ്റിനടന്നു കാണിക്കാൻ അദ്ദേഹം തന്നെ ഒപ്പം വരും!"

രാജീവ് അഞ്ചലിന്റെ സ്ഥാപനത്തിന്റെ ഉടമസ്ഥതയിലുള്ള മനോഹ രമായ ഹോട്ടലിൽ അദ്ദേഹം എനിക്കായി മുറിയും കരുതിയിരുന്നു. കുളിച്ച്

വസ്ത്രം മാറി ഇറങ്ങുമ്പോഴേക്കും ഒപ്പം പ്രാതൽ കഴിക്കാൻ ജടായുവിന്റെ ശില്പി എത്തിച്ചേർന്നു. മലകയറാൻ കരുത്തുള്ള അദ്ദേഹത്തിന്റെ ജീപ്പിൽ കയറി ഞങ്ങൾ പുറപ്പെട്ടു.

65 ഏക്കറിലായി വിസ്താരപ്പെട്ടു കിടക്കുന്ന ചടയമംഗലത്തെ കരിങ്കൽക്കാട്ടിൽ ഒരു മനുഷ്യൻ ഒറ്റയ്ക്കു സൃഷ്ടിച്ച സ്വപ്നം അതാ ചിറകുവിടർത്തി മലർന്നു കിടക്കുന്നു. 200 അടി നീളത്തിൽ, 150 അടി വീതിയിൽ, 70 അടി ഉയരത്തിൽ കരിങ്കല്ലെന്നു തോന്നിപ്പിക്കുന്ന കോൺക്രീറ്റ് ശില്പം! പതിനയ്യായിരം ചതുരശ്ര അടിയാണ് ജടായുവിന്റെ ചിറകടിയിൽ രാജീവ് ഒരുക്കിയെടുത്തിട്ടുള്ള സ്ഥലരാശി. അവിടെ ആനിമേഷൻ വിസ്മയങ്ങളടക്കം സന്ദർശകരെ ആഹ്ലാദിപ്പിക്കാൻ തയ്യാറെടുക്കുന്ന ആശയങ്ങൾ അദ്ദേഹം വിവരിച്ചുകൊണ്ടേയിരുന്നു. കരിങ്കൽ ഗുഹകളെ ആധുനിക കാലത്തെ ധ്യാനസങ്കേതങ്ങളാക്കി ഹൃദ്യമായി പരിവർത്തിപ്പിച്ചിരിക്കുന്ന ചില ഇടങ്ങളിലേക്ക് അദ്ദേഹം എന്നെ നയിച്ചു. എല്ലാ കെട്ടുപാടുകളും ഉപേക്ഷിച്ച് ആജീവനാന്ത യോഗിയായിത്തീരാൻ നമ്മെ ക്ഷണിക്കുന്ന പ്രലോഭനങ്ങൾ!

ഇപ്പോൾത്തന്നെ സാഹസികരായ സന്ദർശകർക്ക് തുറന്നുകൊടുത്തിട്ടുള്ള ട്രക്കിംഗ് ഏരിയകളിലും അമ്പെയ്ത്തും റൈഫിൾ ഷൂട്ടിങ്ങും ആസ്വദിക്കാവുന്ന പ്രത്യേക ഇടങ്ങളിലൂടെയുമെല്ലാം ഞാൻ ജീവിതത്തിൽ ആദ്യമായി കടന്നുപോയി. അപ്പോഴെല്ലാം ഉള്ളിലെ സന്ന്യാസാർത്ഥി, യുദ്ധോദ്യുക്തനാവുന്നതറിഞ്ഞ് ഉള്ളിൽ വിസ്മയം പൊട്ടി: സന്ദർഭത്തിനനുസരിച്ച് ഋഷിയും യോദ്ധാവുമെല്ലാമായി വേഷം കെട്ടുന്നത് അവൻ തന്നെ- ആ പാവം മനുഷ്യൻ.

ജടായുവിന്റെ ഉള്ളിലുള്ള വിശാലമായ ചുറ്റുഗോവണി കയറി ഞാനും രാജീവും ആകാശത്തിൽ വേദനയോടെ പിളർന്നുനിൽക്കുന്ന അതിന്റെ ശിരസ്സിലെത്തി. ശില്പത്തെ അതിവിദൂരത്തിൽ ചുറ്റിനിൽക്കുന്ന മലമടക്കുകളുടെ 360 ഡിഗ്രിയിലുള്ള ദൃശ്യം ജടായുവിന്റെ കൺതുളകളിലൂടെ കണ്ടപ്പോൾ ഞാൻ എഴുതുന്ന കൈ ആകാശത്തേക്ക് നീട്ടിപ്പിടിച്ച് അതിന്റെ ശില്പിയോടൊപ്പം ഒരു സെൽഫിയെടുത്തു. സർഗ്ഗശക്തിയുള്ള ഒരാളോടൊപ്പം നിൽക്കുമ്പോഴെന്ന പോലെ മറ്റൊരു സാന്നിധ്യവും എന്നെ ഇത്രയും ആനന്ദിപ്പിക്കാറില്ല!

തിരികെ ഇറങ്ങുമ്പോൾ രാജീവ് അഞ്ചൽ ജടായുശിൽപ്പത്തിന്റെ പൊരുൾ പറഞ്ഞു. സീതയെ ബലാൽ ഗ്രഹിച്ച് ആകാശമാർഗ്ഗത്തിൽ പറന്ന ഒരു മഹാവില്ലനോട് ഒറ്റയ്ക്ക് പോരാടി ചിറകറ്റു ഭൂമിയിൽ പതിച്ചവനാണ് ജടായു. ആ പക്ഷി ചിറകടിച്ചു പറന്ന മാനം സീതയുടെ മാനം കൂടിയായിരുന്നു. അവന്റെ, ആ ആങ്ങളബോധത്തിന്റെ ശിൽപം അതുകൊണ്ടു തന്നെ പെണ്ണിന്റെ, പ്രകൃതിയുടെ സംരക്ഷയുടെ പ്രതീകം കൂടിയാണ്!

യാത്ര പറഞ്ഞ്, നന്ദി പറഞ്ഞ് അഞ്ചലുകാരന്റെ ഈ കണ്ണഞ്ചിക്കുന്ന ശില്പത്തെ വിട്ട് തിരികെ ജീപ്പിൽ മലയിറങ്ങുമ്പോൾ ഞാൻ ഒരിക്കൽ കൂടി പിന്തിരിഞ്ഞ് നോക്കി. ജടായു വേദനയോടെ നോട്ടമയയ്ക്കുന്ന നഭസ്സിന്റെ ആ നിശ്ശൂന്യ വിസ്തൃതിയിൽ ഇരുപതു കൈകളുള്ള ഒരു മഹാപരാക്രമിയുടെ പറക്കുന്ന തേരിലിരുന്ന് തന്റെ ആണിനെ വിളിച്ചു കരയുന്ന ഒരു മഹാമനസ്വിനിയുടെ ആശ്രമവസ്ത്രംപോലെ പാറുന്നു ഒരു വെണ്മേഘം!

■

ക്രോസ്‌വേഡ് ജേതാക്കൾ!

മുംബൈയിൽ നിന്നാണ് ഇതെഴുതുന്നത്.

പ്രശസ്തമായ ക്രോസ്‌വേഡ് പുരസ്കാരത്തിന്റെ അഞ്ച് ഫൈനലിസ്റ്റുകളിൽ ഒരാളായാണ് ഇന്നു രാവിലെ ഞാൻ ഇവിടെയെത്തിയത്. കണ്ണൂരിൽ നിന്ന് എന്റെ വിവർത്തക ഡോ. ഇ.വി ഫാത്തിമയും ഒപ്പമുണ്ട്. ഇന്ത്യൻ ഭാഷകളിൽനിന്നുള്ള ഇംഗ്ലീഷ് വിവർത്തനത്തിന്റെ വിഭാഗത്തിൽ മനുഷ്യന് ഒരു ആമുഖത്തോടു മൽസരിക്കുന്നത് ചില്ലറക്കാരല്ല. രണ്ടു ജ്ഞാനപീഠ ജേതാക്കളുടെ പുസ്തകങ്ങൾ- യു. ആർ. അനന്തമൂർത്തിയുടെയും കഴിഞ്ഞ കൊല്ലം ജ്ഞാനപീഠം നേടിയ കൃഷ്ണ സോബ്തിയുടേയും- അവസാന അഞ്ചിൽ ഇടം പിടിച്ചിരുന്നു. ഒപ്പം നമ്മുടെ പ്രിയങ്കരനായ ശ്രീ സേതുവിന്റെ ആലിയ എന്ന നോവലിന് ശ്രീമതി പ്രേമ ജയകുമാർ നിർവഹിച്ച വിവർത്തനവും.

കരൺ ജോഹർ അടക്കമുള്ള പ്രമുഖന്മാർ വിവിധ വിഭാഗങ്ങളിൽ മത്സരാർത്ഥിയായി ഞങ്ങൾക്കരികിലുണ്ടായിരുന്നു. ഫൈനലിസ്റ്റുകളുടെ സാന്നിധ്യത്തിൽ

വിജയികളെ പ്രഖ്യാപിക്കാൻ തുടങ്ങും മുൻപ് ഞാൻ അച്ഛനെ മാത്രം ഓർമ്മിച്ചു. അച്ഛാ, നാലാംക്ലാസ്സുകാരനായ, കമ്പനിത്തൊഴിലാളിയായി അഞ്ചു മക്കളെ പുലർത്തിയ അങ്ങയുടെ ആസ്തമക്കാരനായിരുന്ന ആ ചെറിയ മകൻ, ഇവിടെയിതാ കവർ പൊട്ടിച്ചു സ്വന്തം പേരു വായിക്കുന്നതു കേൾക്കാൻ ആകാംക്ഷയോടെ കാത്തിരിക്കുന്ന കേമന്മാരുടെ ഇടയിൽ ഇരിക്കുന്നു. സ്വന്തം സർഗ്ഗാത്മകതയ്ക്കപ്പുറം ഒരു മഹത്ത്വവും അവകാശപ്പെടാനില്ലാത്ത ഒരുവൻ!

ഇന്ത്യൻ ബുക്കർ എന്നറിയപ്പെടുന്ന ഈ പുരസ്കാരത്തിന്റെ ജേതാവിന്റെ പേർ അവർ വായിക്കാൻ തുടങ്ങുമ്പോൾ ഞാൻ നടുവിരൽ ഇല്ലാത്ത ഒരു വലം കയ്യിന്റെ സ്പർശം എന്റെ മൂർദ്ധാവിൽ ഏറെക്കാലത്തിനുശേഷം ഇതാ ഒരിക്കൽക്കൂടി അറിയുന്നു:

“ആൻഡ് ദ അവാർഡ് ഗോസ് ടു സുഭാഷ് ചന്ദ്രൻസ് പ്രിഫേസ് ടു മാൻ ട്രാൻസ്ലേറ്റഡ് ബൈ ഡോ ഇ വി ഫാത്തിമ!”

ഈ രാത്രി ആഘോഷത്തിന്റേതാണ് സുഹൃത്തുക്കളേ! താജ്-വിവാന്ത ഹോട്ടലിലെ ഇറ്റാലിയൻ റെസ്റ്റോറന്റിൽ നിന്ന് എല്ലാ സുമനസ്സുകൾക്കും ചിയേഴ്സ്!

■

ഒരു സഹോദര സൗഹൃദസന്തോഷം!

ഫോട്ടോയിൽ കാണുന്ന ഫ്രാൻസ് കാഫ്കയുടെ മുഖച്ഛായയുള്ള ഈ ഇരുപതുകാരന്റെ പേര് നിങ്ങളിൽ ചിലർക്കെങ്കിലും അറിയുമായിരിക്കും: കവി ഡി. സന്തോഷ്

കാൽനൂറ്റാണ്ടു മുൻപെടുത്ത ഈ ചിത്രത്തിലെ രൂപഭാവങ്ങളിൽനിന്ന് സന്തോഷിനിപ്പോഴും വലിയ മാറ്റമില്ല.

ഈ പഴയ ചിത്രം പക്ഷേ ഞങ്ങളുടെ മഹാരാജാസ് ദിനങ്ങളെ ഓർമ്മിപ്പിക്കുന്നു. കടുങ്ങല്ലൂരുകാരനും എന്റെ കസിനുമായ സന്തോഷ് ഈ പ്രായത്തിലാണ് എന്നോടൊപ്പം മഹാ

രാജാസിലെ മലയാളം എം എയ്ക്കു വന്നു ചേരുന്നത്. സർക്കാർ പള്ളിക്കൂടത്തിൽ പഠിച്ചിരുന്ന ഞാൻ, വീടിനുമുന്നിലൂടെ യൂണിഫോമും ടൈയും ഷൂസുമായി പോകുന്ന ഈ ഇംഗ്ലീഷ് മീഡിയം കുട്ടിയെ വിസ്മയത്തോടെ നോക്കുമായിരുന്നു. രണ്ടു വഴിക്കുള്ള ദീർഘമായ ആ പള്ളിക്കൂടക്കാലത്തിനുശേഷം സാഹിത്യസ്നേഹം ഞങ്ങളെ മഹാരാജാസിൽ ഒരുമിപ്പിക്കുകയായിരുന്നു.

പിന്നെ അവൻ കോട്ടയത്തെ മനോരമയിലേക്കും ഞാൻ കോഴിക്കോട്ടെ മാതൃഭൂമിയിലേക്കും വഴിപിരിഞ്ഞു. ഒരാൾ കവിയും അപരൻ കഥാകൃത്തുമായി. ഒരേ അമ്മൂമ്മയുടെ ആ പേരക്കിടാങ്ങൾ ഇപ്പോൾ സവിശേഷമാർന്ന രീതിയിൽ ഒന്നിക്കുന്ന സന്തോഷം അറിയിക്കാനാണ് ഈ കുറിപ്പ്. പണ്ട് ബീജാക്ഷരങ്ങളായി മുത്തശ്ശിയുടെ ശരീരത്തിൽ കുടികൊണ്ട രണ്ടു ജീവബിന്ദുക്കൾ, പിന്നെ വൈകുന്നേരങ്ങളിൽ കടുങ്ങല്ലൂർ അമ്പലപ്പറമ്പിലെ വക്കടർന്ന പൊട്ടക്കിണറിന്റെ ആൾമറയിൽ ഇരുന്നു സംസാരിച്ചിരുന്ന ആ രണ്ടു കുട്ടികൾ, പിൽക്കാലത്ത് മഹാരാജാസിൽ ഒരേ ബെഞ്ചിലിരുന്നു പഠിച്ച ആ രണ്ടു വിദ്യാർഥികൾ ഇപ്പോഴിതാ ഒരു പാഠപുസ്തകത്തിൽ കവിയായും കഥാകൃത്തായും വീണ്ടും ഒരിടത്ത് ചേർന്നിരിക്കുന്നു!

ഞങ്ങൾക്ക് ബിരുദാനന്തര ബിരുദം സമ്മാനിച്ച അതേ മഹാത്മാ ഗാന്ധി സർവകലാശാലയുടെ ബി. കോം ഒന്നാംവർഷ മലയാള പാഠപുസ്തകത്തിൽ വരേണ്യരായ എഴുത്തുകാരുടെ ഒപ്പം ഈ രണ്ടു സഹോദരന്മാരുടെയും പേരു കാണാം.

ഒരുപക്ഷേ ഇത്തരത്തിലൊരു കൗതുകം ലോകചരിത്രത്തിലെ തന്നെ ആദ്യത്തേതാകാം!

'കോ-ബ്ര'യ്ക്ക് ഒരുമ്മ.

■

ശിശുശാപത്തിൽ ഒരു സ്വാതന്ത്ര്യദിനം

ഉജ്ജ്വലനായ ഒരു ദേശീയ നേതാവിന്റെ പേരുകിട്ടാൻ അഞ്ചു വയസ്സിൽ അച്ഛനോട് കരഞ്ഞു വാശി പിടിച്ച കുട്ടിയായിരുന്നു ഞാൻ. അതുകൊണ്ട് കുട്ടിത്തം എന്താണെന്ന്, അതിന്റെ ശക്തി എന്താണെന്ന് എനിക്കു നന്നായി അറിയാം.

കടുത്ത ആസ്തമക്കാരനായ കുട്ടിയായിരുന്നതുകൊണ്ട് നേരെ കിടന്ന് പ്രാണൻ പോകട്ടെ എന്ന് ആശംസിച്ചുകൊണ്ട് നെഞ്ചിൽ നിന്നു പറിച്ചെടുത്ത് അമ്മ പായിൽ മലർത്തിക്കിടത്താറുള്ള ശിശുവായിരുന്നു ഞാൻ.

അതുകൊണ്ട് പ്രാണവായു കിട്ടാതെയുള്ള മരണം എന്താണെന്നും എനിക്കു നന്നായി അറിയാം.

കഴിഞ്ഞു പോയ വർഷങ്ങളിൽ ആളുകളായ ആളുകൾ മുഴുവൻ കൊടിയുടെ നിറത്തിന്റെ പേരിൽ, തങ്ങൾ വിശ്വസിക്കുന്ന സംഘടനയുടെ പേരിൽ, താനുൾപ്പെട്ട ജാതിയുടെയും മതത്തിന്റേയും പേരിൽ, ലിംഗത്തിന്റേയും സ്വത്തിന്റേയും സ്വത്വത്തിന്റേയും ബലാബലങ്ങളുടെ പേരിൽ ചേരി തിരിഞ്ഞ് വാക്കുകൊണ്ടും ആയുധം കൊണ്ടും പോരടിച്ചുകൊണ്ടേയിരുന്നപ്പോൾ ഞാൻ മിണ്ടാതിരുന്നത് ഊമയായതുകൊണ്ടല്ല.

എന്റെ വാക്കിനെ എന്നേക്കാൾ ഊക്കിൽ പറയാൻ ഇവിടെ ലക്ഷക്കണക്കിനു പേർ വേറേയും ഉണ്ടായിരുന്നതുകൊണ്ടാണ്. എന്നാൽ ഇന്നെനിക്കു ശബ്ദിക്കേണ്ടിയിരിക്കുന്നു. കാരണം പ്രാണവായു നിഷേധിക്കപ്പെട്ട് പിടഞ്ഞൊടുങ്ങിയ 76 പേർക്കും വാക്കില്ല, പാർട്ടിയില്ല, കൊടിയില്ല, കോടതിയില്ല.

തങ്ങൾ ഏതു മതത്തിൽ, ഏതു ജാതിയിൽ, ഏതു ലിംഗത്തിൽ എന്ന വിഷവാക്സിൻ എടുക്കാൻ അവർക്കു പ്രായമായിരുന്നില്ല. ഓ, അവർക്ക് വോട്ടവകാശവും ഇല്ലായിരുന്നല്ലോ. അതുകൊണ്ട് മിണ്ടാപ്രാണികളായ ആ കുരുന്നുകൾക്കു വേണ്ടി ഞാൻ ശബ്ദിക്കുന്നു.

ഇത് അനീതിയാണ്. പശുശാപം എന്നൊന്ന് ഉണ്ടോ എന്നെനിക്കറിയില്ല. പക്ഷേ ശിശുശാപം തീർച്ചയായും ഉണ്ട്. കാരണം നാളത്തെ കവിയെ, കലാകാരനെ, പാട്ടുകാരനെ, ദാർശനികനെ, അനീതിക്കെതിരെ പോരാടുന്ന ജനനേതാവിനെ നിങ്ങൾ ഇന്നേ കൊന്നിരിക്കുന്നു!

സുഭാഷ് ചന്ദ്രബോസിന്റെ പേരു ഞാൻ അന്നേ കരഞ്ഞു സ്വന്തമാക്കിയത് എന്റെ ദേശസ്നേഹത്തെപ്പറ്റി ഒരു പട്ടിയും സംശയിക്കാത്ത വിധത്തിൽ ഇന്നീ വരികൾ കുറിക്കുവാനുള്ള അർഹതയ്ക്കുവേണ്ടിയാണ്. പായിൽ മലർത്തിക്കിടത്തിയപ്പോൾ അന്നു പ്രാണനുപേക്ഷിക്കാതെ പിടിച്ചു നിന്നത് ഈ സ്വാതന്ത്ര്യദിനത്തിൽ ആ എഴുപത്തിയാറു മിണ്ടാപ്രാണികൾക്കു വേണ്ടി മിണ്ടാനാണ്. വന്ദ്യവയോധികനായ ഒരു മഹാകവിയുടെ വാക്കുകൾ കടമെടുത്തു പറഞ്ഞാൽ

"നിന്നെക്കൊന്നവർ കൊന്നൂ പൂവേ

തന്നുടെ തന്നുടെ മോക്ഷത്തെ!"

വേദനയോടെ

ജയ്ഹിന്ദ്!

■

ഗുരുവായൂർ അമ്പലത്തിൽ ഒരമ്മയും മകനും

ഇന്നലെ അമ്മയുടെ എഴുപത്തഞ്ചാം പിറന്നാളായിരുന്നു; കാഴ്ചയിലോ സ്വഭാവത്തിലോ മുക്കാൽ നൂറ്റാണ്ടിന്റെ പഴക്കം തീണ്ടിയിട്ടില്ലാത്ത പൊന്നമ്മയുടെ.

സ്വസ്ഥമായി എഴുതാനായി നെടുനീളത്തിലൊരു ലീവെടുത്ത് അസ്വസ്ഥനായി കഴിഞ്ഞുകൂടുന്ന എന്നോട് ഭാര്യയാണ് മിനിഞ്ഞാന്ന് ഓർമ്മിപ്പിച്ചത്. കുംഭത്തിലെ പൂരാടത്തിന് അമ്മയ്ക്ക് എന്താണ് ഇത്തവണ സമ്മാനം കൊടുക്കുക?

കുറച്ചുകാലം കോഴിക്കോട്ട് എന്നോടൊപ്പം താമസിച്ച ശേഷം അമ്മ കടുങ്ങല്ലൂരിലേക്ക് മടങ്ങിപ്പോയിരുന്നു. അമ്മയ്ക്കുവേണ്ടി ഞാൻ ആലുവയിൽ പണിത, അച്ഛന്റേയും അമ്മയുടേയും പേരുകൾ ചേർത്ത് നാമകരണം ചെയ്ത 'പൊൻചന്ദ്രിക' എന്ന പുതിയ വീട്ടിലേക്ക് രാത്രി വിളിച്ചു ചോദിച്ചു: "പിറന്നാളുകാരിക്ക് എന്തെങ്കിലും ആഗ്രഹമുണ്ടോ?"

കുറച്ചു ദിവസങ്ങളായിരുന്നു ആ ശബ്ദം കേട്ടിട്ട്. പേരു പൊന്നമ്മ യെന്നാണെങ്കിലും കവിയൂരെ പൊന്നമ്മയെപ്പോലെ വാത്സല്യമൊന്നും കാണിക്കാനറിയാത്ത ആളാണ്. വെട്ടൊന്ന്, മുറി രണ്ട് എന്ന എന്റെ മട്ട് ഈ അമ്മയിൽനിന്ന് പകർന്നതാണ്. 'ഹേയ്! ഒരാഗ്രഹോം ഇല്ലേയ്!' എന്ന മറുപടിയാണ് ഒഴിവുകഴിവിന്റെ ഉസ്താദായ ഞാൻ പ്രതീക്ഷിച്ചത്. പക്ഷേ അമ്മ പറഞ്ഞത് മറ്റൊന്നായിരുന്നു: "കാൽമുട്ടുവേദന കലശലാ യിട്ടുണ്ട്. എന്നാലും പിറന്നാളായിട്ട് ഗുരുവായൂരൊന്ന് പോയി തൊഴണോ ന്നുണ്ട്. അല്ലെങ്കി വേണ്ട, ഈ തിരക്കിനിടയിൽ നിനക്കെവിടെയാടാ നേരം?"

ഓ, ആദ്യമൊന്നു ആശ്വസിച്ചു. ഞാൻ വല്യ തിരക്കുകാരനാണെന്ന് അമ്മ തിരിച്ചറിഞ്ഞല്ലോ. അതുകൊണ്ട് രാവിലെ ഒന്നു ചെന്ന് മുഖം കാണിച്ചിട്ട് പതിവുപോലെ സ്നേഹത്തിൽ തുടങ്ങി കൊള്ളിവാക്കിൽ ഒടുങ്ങുന്ന എന്റെ സ്ഥിരം നമ്പറുകൾ പുറത്തെടുത്ത് മടങ്ങാം എന്നു കരുതിയിരിക്കുമ്പോൾ ഭാര്യ പറഞ്ഞു: "എന്റെ പഴയ വള കൊടുത്ത് അമ്മയ്ക്ക് ഞാനൊരു പുതിയ വള വാങ്ങി വച്ചിട്ടുണ്ട്. എഴുപത്തഞ്ചാം പിറന്നാളല്ലേ, ഞാനുമൊന്ന് വന്നോട്ടെ?"

കാറിൽ രാത്രി ഗുരുവായൂർ കടക്കുമ്പോൾ ഞാൻ പറഞ്ഞു: "അമ്മ യ്ക്ക് ഗുരുവായൂരിൽ തൊഴണമെന്നൊരു ആഗ്രഹം പറഞ്ഞു. ഭാഗ്യത്തിനു വല്യ നിർബന്ധമൊന്നും കാണിച്ചില്ല."

"അങ്ങനെ പറയല്ലേ", ഗുരുവായൂർ പിന്നിടുമ്പോൾ എന്റെ പഴയ ശിഷ്യ അപ്പോഴെനിക്ക് ഗുരുവായി: "നാളെ രാവിലേ നമുക്കു കൊണ്ടു പോകാം. പെറ്റമ്മയ്ക്കുവേണ്ടിയല്ലേ? ഇതൊരു കുഞ്ഞു കാര്യമല്ലേ?"

ഞാൻ കുഞ്ഞായി. കുഞ്ഞുകുഞ്ഞോർമ്മകൾ ചാറാൻ തുടങ്ങി. അമ്മ എന്നെ ഗുരുവായൂരാണ് ചോറുകൊടുത്തത്.

അവിടെയാണ് ആസ്തമ മാറിയതിനു പൂവൻപഴം കൊണ്ട് തുലാ ഭാരം കഴിപ്പിച്ചത്. എല്ലാം കുഞ്ഞു നാളിൽ. മുതിർന്ന ശേഷം ഞാൻ ഒരി ക്കലും അവിടെ പോയിട്ടില്ല. യേശുദാസിനെ കയറ്റാത്ത ഒരിടത്ത് കയറാൻ എനിക്കെന്തു യോഗ്യത?

പക്ഷേ ഇക്കുറി ഞാൻ വഴങ്ങി. പൂരാടപ്പുലർച്ചേ നാലുമണിക്ക് പുറ പ്പെട്ട് ഞങ്ങൾ അഞ്ചരയോടെ ഗുരുവായൂരെത്തി. എഴുത്തുകാരനെന്ന ദുഷ്പേരു ദുർവിനിയോഗം ചെയ്ത് അരമണിക്കൂറിനുള്ളിൽ ദർശനവും വഴിപാടുകളുമൊക്കെ കഴിച്ചുകൂട്ടി അമ്മയേയും കൊണ്ട് പുറത്തെത്തി. എന്തൊക്കെയോ പ്രാർത്ഥിക്കുന്ന അമ്മയുടേയും ഭാര്യയുടേയും ഇടയിൽ നിന്ന് അമ്പലത്തിൽ പ്രാർത്ഥിച്ചു ശീലമില്ലാത്ത ഞാൻ തനിയേ ചിരിച്ചു.

മടങ്ങും വഴി തൃപ്രയാറും കൊടുങ്ങല്ലൂരുമെല്ലാം അമ്മയ്ക്കു തൊഴ ണമെന്നു പറഞ്ഞു. ഞായറാഴ്ചത്തിരക്കിനുള്ളിലൂടെ നൂണ്ട് ഞാനും ജയശ്രീയും അമ്മയേയും കൈപിടിച്ച് നടന്നു.

ഇന്ന് കോഴിക്കോട്ടേക്ക് മടങ്ങുമ്പോൾ ഭാര്യ പറഞ്ഞു: "അമ്മയ്ക്ക് നല്ല സന്തോഷമായിട്ടോ."

അപ്പോൾ ഞാൻ അമ്മ കുട്ടിക്കാലത്ത് എനിക്കു പറഞ്ഞുതന്ന ഒരു കഥയോർത്തു:

ഒരിക്കൽ ഒരു മകൻ തന്റെ വൃദ്ധയായ അമ്മയ്ക്ക് ചെയ്യാവുന്നതെല്ലാം ചെയ്തുകൊടുത്ത് അവരെ ആനന്ദത്തിലാറാടിക്കാൻ തീരുമാനിച്ചു. പുതിയ വീടു പണിയിച്ചു; പൊന്നാഭരണങ്ങളും അണിയിച്ചു. നാലുംകൂട്ടി മുറുക്കുന്ന ശീലമുള്ള അമ്മയ്ക്ക് നാൽപ്പാമരംകൊണ്ടു തീർത്ത കട്ടിലിന്റെ കാൽക്കൽ തന്നെ വെറ്റിലക്കൊടി നട്ടുവളർത്തി. കിടക്കയിൽ കിടന്നുകൊണ്ടുതന്നെ തളിർവെറ്റില നേരിട്ടു പൊട്ടിച്ചെടുത്ത് മുറുക്കുന്ന അമ്മയെ കണ്ട് മകൻ അഭിമാനത്തിൽ കോരിത്തരിച്ചു. പക്ഷേ ഒരിക്കൽ അയാൾക്ക് അമ്മയോട് തന്റെ അല്പത്തം ചോദിക്കാതിരിക്കാനായില്ല. 'അമ്മേ', മകൻ ചോദിച്ചു:

"ഇത്രയുമൊക്കെ ചെയ്തു തന്ന എന്നെക്കുറിച്ചോർത്ത് അമ്മയ്ക്ക് സന്തോഷം മാത്രമല്ലേ?"

അമ്മ ഒന്നു പുഞ്ചിരിച്ചു. ആ പുഞ്ചിരിയിൽ കഥയിലെ അമ്മയും കഥ പറയുന്ന അമ്മയും ഒന്നായി:

"എന്തൊക്കെ ചെയ്തുതന്നാലും..."

അമ്മ ഉപസംഹരിച്ചു:

"നിറവയറ്റിൽ നിന്നേയും ചുമന്ന് ഒരു ഉമ്മറപ്പടി കടക്കാൻ ഞാൻ പെട്ട പാടിനു അത് പകരമാകുമോ കുഞ്ഞേ?"

■

ലങ്കേഷിന്റെ മകൾ ഗൗരി

മകൾക്ക് ഗൗരി എന്നു പേരിട്ട ലങ്കേഷ് എന്ന എഴുത്തുകാരനുമായി ഈ രാത്രി ഞാൻ മുഖാമുഖം ഇരിക്കുന്നു. കഥാകൃത്തും കവിയും നാടകകൃത്തും സിനിമാക്കാരനുമൊക്കെയായ അദ്ദേഹം രണ്ടായിരത്തിൽ മരിച്ചിട്ടും ഇപ്പോൾ എന്റെ മുന്നിൽ ഇരിക്കുന്നു; മരണത്തേക്കാൾ വലിയ മരവിപ്പോടെ.

"എന്റെ മകൾ ഗൗരിയെ അവർ കൊന്നു.", അദ്ദേഹം പറയുന്നു.

"നീയും എഴുത്തുകാരനല്ലേ?", അദ്ദേഹം പരേതാത്മാക്കളുടെ ശബ്ദത്തിൽ തിരക്കുന്നു.

"നിന്റെ മക്കളും ബാംഗ്ലൂരിലല്ലേ?", അദ്ദേഹം നിർദ്ദയം ചോദിക്കുന്നു.

"അവരും പത്രപ്രവർത്തകരാകാനും സത്യം എഴുതാനും കൊതിക്കുന്നവരല്ലേ?", അദ്ദേഹം കണ്ണീരടരാതെ ശ്രദ്ധിക്കുന്നു.

"ഓർത്തോളൂ", അദ്ദേഹം പൂർത്തിയാക്കുന്നു: "അവർ പരാക്രമം സ്ത്രീകളോടും തുടങ്ങിക്കഴിഞ്ഞു."

ബുദ്ധിമതികളായ സ്ത്രീകളോട്, അനുസരിക്കാൻ കൂട്ടാക്കാത്ത, വ്യക്തിത്വമുള്ള ആരോടും! ■

ഒരു രാത്രിക്ക് ഒരു പകൽ

നരാധമന്മാർ കൊന്നു തിന്നുന്ന പെൺപ്രാണനുകളുടെ ഓർമ്മയിലൂടെയാണ് ഇന്നലെ നാട്ടിൽ നിന്നു തിരികെ കാറോടിച്ചത്. തിരൂർ താനൂർ പരപ്പനങ്ങാടി വഴി കോഴിക്കോട്ടെത്താൻ കുറച്ചൊന്നുമല്ല ക്ലേശിച്ചത്. പൊട്ടിയൊഴുകുന്ന നെറ്റിയുമായി നിന്ന പൊലീസുകാർ ഉപദേശിച്ചു: 'യാത്ര മാറ്റിവച്ച് മടങ്ങൂ. ആൾക്കൂട്ടം അക്രമാസക്തമാണ്.'

മൂന്നു തലമുറയിൽപ്പെട്ട നാലു സ്ത്രീകളും ഞാനും വണ്ടിയിൽ ഞെരുങ്ങിയിരിക്കുന്നതു കണ്ട് പക്ഷേ ചില യുവാക്കൾ കല്ലും കട്ടയും മാറ്റിത്തന്നു. 'മെഡിക്കൽ കോളേജ് അർജന്റ്' എന്ന് എഴുതി ഒട്ടിച്ചു തന്നു. ഇന്ത്യയുടെ അങ്ങേയറ്റത്ത് ഒരു കുഞ്ഞനുജത്തിക്ക് ഉണ്ടായ അത്യാഹിതത്തിൽ എന്റെ മക്കളും വിഷമിച്ചിരിക്കുകയായിരുന്നു. ഓരോ അമ്പതു മീറ്ററിലും വഴി മുടക്കിക്കൊണ്ട് യുവാക്കൾ നിറഞ്ഞിരുന്നു. അതിൽ എല്ലാർക്കും സദുദ്ദേശ്യമായിരുന്നു എന്നെഴുതിയാൽ അതെന്നെത്തന്നെ വഞ്ചിക്കലാകും. പത്തു വയസ്സ് കഷ്ടിച്ചു തികഞ്ഞ ഒരാൺകുട്ടി എന്റെ ചില്ലിൽ ഇടിച്ചുകൊണ്ട് ഇങ്ങനേയും പറഞ്ഞു: "സഹകരിക്കൂ. ഇല്ലെങ്കിൽ തന്റെ കാറിന്റെ പൊടി പോലും ബാക്കി കിട്ടില്ല!"

"മകനേ!" എന്നു ഞാൻ വിളിച്ചപ്പോൾ അവൻ തല താഴ്ത്തി പിൻവലിഞ്ഞു.

നാലുദിവസമായി അടച്ചിട്ടിരിക്കുകയായിരുന്ന വീട്ടിൽ വന്നു കയറിയപ്പോൾ ഉമ്മറത്ത് ഒരു വെളുത്ത മുയലിന്റെ ജഡം. ദേഹത്ത് ഒരു പോറൽ പോലുമില്ല. പഞ്ഞികണക്കുള്ള വെളുത്ത രോമത്തിൽ ചളി പറ്റിയിട്ടുണ്ട്. ആരുടേയോ വളർത്തുമുയലാകാം. ഇന്നലെ രാത്രി വിഷു

പ്പടക്കങ്ങൾ ഇവളെ ഞെട്ടിച്ച് പായിച്ചതാകാം. വഴിയിൽ നായ്ക്കളോ മറ്റോ ആക്രമിച്ചിരിക്കാം. അഭയം തേടി എന്റെ വീട്ടിൽ ഓടിക്കയറിയിരിക്കാം.

ജീവനുള്ളപ്പോൾ ഒരു കണിവെള്ളരിക്കയേക്കാൾ ഓമനത്തമുണ്ടായിരുന്ന അവൾ അങ്ങനെയിതാ വിഷുപ്പിറ്റേന്ന് എനിക്ക് കണ്ണീരണിഞ്ഞ കണിയായി കിടന്നു. കുഴിവെട്ടി മൂടും മുൻപ് അവളെ ആസിഫയെന്നു വിളിക്കാൻ ഓങ്ങിയ നാവിനെ ഞാൻ പിൻവലിച്ചു. വേണ്ട, ആ ഓർമ്മയെ എനിക്ക് കുഴിവെട്ടി മൂടാനുള്ളതല്ല.

കുഴിയിൽ അന്ത്യനിദ്രയിലാണ്ട ഒരു കുഞ്ഞുദേഹം എന്റെ ഉറക്കം കെടുത്തി. ഞാനല്ല നിന്നെ കൊന്നത്, എന്റെ പ്രാണൻ അതിനോട് മാപ്പിരന്നു: ദൈവമേ! എന്നിട്ടും ഞാൻ കൊന്നതുപോലൊരു കുറ്റബോധം ഹൃദയത്തിൽ!

ഇന്നു പുലർച്ചെ ചെടി നനയ്ക്കുമ്പോൾ കാർപോർച്ചിന്റെ പാർശ്വത്തിൽ നിന്നൊരു കുഞ്ഞു ഞരക്കം! എവിടെനിന്നോ വന്നു കയറിയ ഒരു പൂച്ച തുറുകണ്ണുകളോടെ എന്നെ നോക്കുന്നു. ദൂരെപ്പോകൂ എന്ന് ആജ്ഞാപിക്കുന്നതുപോലെ അതിന്റെ കണ്ണുകൾ തിളങ്ങുന്നു. ഇന്നലെ കണ്ട മുയൽജഡത്തിന്റെ ഓർമ്മ എന്നെ ആശങ്കകളിലേക്കു പിടിച്ചു വലിച്ചു. ഒരിക്കൽക്കൂടി സൂക്ഷിച്ചുനോക്കിയപ്പോഴാണതു കണ്ടത്: അവൾ പ്രസവിക്കുകയാണ്. ഞാൻ മര്യാദാപുരുഷോത്തമനായി മാറിനിന്നു. അല്പം കഴിഞ്ഞ് ഭാര്യയേയും മക്കളേയും കൂട്ടി വീണ്ടുമെത്തി ചുഴിഞ്ഞു നോക്കി. രണ്ട് നവജാതരെ അമ്മപ്പൂച്ച എനിക്കുകിട്ടിയ ഏതോ മിനുത്ത ബാഡ്ജിൽ പെറ്റിട്ടിരിക്കുന്നു. അതിലെ എന്റെ പേരു മറച്ചുകൊണ്ട്.

ഞാൻ ദൈവത്തിനു നന്ദി പറയുന്നു. ഇന്നലെ മരിച്ച ആ മുയലെന്നപോലെ ഇന്നു ജനിച്ച ഈ പൂച്ചക്കുഞ്ഞുങ്ങളും എന്റേതല്ല. എങ്കിലും ഇവരെല്ലാം എന്റെ 'ഭൂമി'യിൽ വിരുന്നുവരുന്നു, പിറക്കുന്നു, മരിക്കുന്നു. പ്രാണൻ വെടിഞ്ഞ ഒന്ന് എന്നെ കരയിക്കുമ്പോൾ പിറ്റേ പുലർച്ചയിൽ രണ്ടു പ്രാണനായി ഇരട്ടിച്ചു പിറന്നുകൊണ്ട് എന്നെ വിസ്മയിപ്പിക്കുന്നു.

ഇവർക്ക് എന്തു പേരിടും?

സേതുപാർവ്വതിയെന്നും സേതുലക്ഷ്മിയെന്നും? അതോ ആസിഫയെന്നും ആൻമേരിയെന്നും? ■

രണ്ട് മനുഷ്യർ

ഇന്ന്, ഞായറാഴ്ച, അവിചാരിതമായി രണ്ട് അതിഥികൾ എന്റെ 'ഭൂമി'യിൽ വന്നു.

ആദ്യം വന്നത് പഴയ കാലത്തെ നായകനടൻ സത്താർ ആയിരുന്നു. ജയൻ വില്ലനായി അഭിനയിച്ച ശരപഞ്ജരം സിനിമയിൽ നായകൻ ആയിരുന്നയാൾ. ഞങ്ങളുടെ കൗമാരത്തെയെടുത്തമ്മാനമാടിയ ജയഭാരതിയുടെ ഭർത്താവ്.

പക്ഷേ ഇപ്പോഴദ്ദേഹത്തെക്കുറിച്ചുള്ള ആദ്യവിശേഷണം ഒരു ഒന്നാന്തരം വായനക്കാരൻ എന്നതാകുന്നതാണ് എന്തുകൊണ്ടും നന്ന്. മലയാളത്തിലും ഇംഗ്ലീഷിലുമുള്ള ഏറ്റവും മികച്ച പുസ്തകങ്ങൾ തേടിപ്പിടിച്ചു വായിക്കുന്ന, അവയെക്കുറിച്ച് ആധികാരികമായി അഭിപ്രായം പറയുന്ന ഈ മധ്യവയസ്കനു മുന്നിൽ ജയനും ജയഭാരതിയുമെല്ലാം നിഷ്പ്രഭരായിത്തീരുന്നത് നാം അറിയും.

ഇത്തവണ കോഴിക്കോട്ട് വന്നപ്പോൾ അദ്ദേഹം തന്റെ സുഹൃത്തിന്റെ കാറിൽ എന്റെ വീട്ടിലേക്കും വരാൻ സന്മനസ്സു കാണിച്ചു. പഴയ കാലത്തിന്റേതായ ആ നന്മയും ഇപ്പോഴും ശോഭ കുറഞ്ഞിട്ടില്ലാത്ത നായകമന്ദഹാസവുമായി അദ്ദേഹം വന്നു. രണ്ടു മണിക്കൂറോളം വീട്ടിലിരുന്ന് ജീവിതത്തേയും സാഹിത്യത്തേയും കുറിച്ച് സംസാരിച്ചു. ഏറ്റവും പുതിയ എഴുത്തുകാരുടെ ഏറ്റവും പുതിയ

കൃതികളെക്കുറിച്ചുപോലും ഒരു സിനിമാതാരം കൃത്യമായ വിലയിരുത്തലോടെ സംസാരിക്കുന്നതുകണ്ട് ഞാൻ വിസ്മയിച്ചിരുന്നു.

കോഴിക്കോട്ട് ഇനി കാണാൻ ആഗ്രഹമുള്ള ഒരെഴുത്തുകാരൻ യു.എ ഖാദറാണെന്ന് അദ്ദേഹം പറഞ്ഞു. തൃക്കോട്ടൂർ കഥകളിലൂടെ അദ്ദേഹത്തിന്റെ ഓർമകൾ ഒട്ടും പാളാതെ പാഞ്ഞു. സിനിമാഭിനയത്തിന്റെ ഉത്തരഘട്ടത്തിൽ, എ സർട്ടിഫിക്കറ്റ് പടങ്ങളിൽ പോലും അഭിനയിക്കേണ്ടിവന്ന ആ സത്താർ തന്നെയോ ഇത്? മനസ്സിൽ ആദരം വിളഞ്ഞു.

ഞാൻ വന്ദ്യവയോധികനായ ശ്രീ യു എ ഖാദറെ ഫോണിൽ വിളിച്ചു.

“നടൻ സത്താർ വീട്ടിലുണ്ട് ഖാദറിക്കയെ നേരിൽ കാണാൻ ആഗ്രഹമുണ്ടെന്നു പറയുന്നു. മൂപ്പരെ ഞാൻ അങ്ങോട്ടു വിടട്ടേ?”, ഞാൻ ചോദിച്ചു.

“ഞാനൊരാവശ്യത്തിനു വീട്ടിൽ നിന്നിറങ്ങിയല്ലോ സുഭാഷേ!”, ഖാദറിക്ക പറഞ്ഞു: “ഒരു കാര്യം ചെയ്യാം. ഞാൻ അങ്ങോട്ടു വരാം. സുഭാഷിന്റെ വീട്ടിൽ വന്നിട്ട് കുറച്ചുകാലമായല്ലോ!”

അരമണിക്കൂറിനുള്ളിൽ ഖാദറിക്കയുടെ കാറെത്തി. കാറിൽ നിന്നിറങ്ങാൻ അദ്ദേഹത്തിനു സഹായഹസ്തവുമായി നടൻ മുന്നിൽ നിന്നു. രണ്ടാം ലോകമഹായുദ്ധം മലയാളത്തിനു സമ്മാനിച്ച പുണ്യം. അയൽ രാജ്യമായ ബർമ്മയിലെ വാസത്തിനിടെ മാമൈദി എന്ന ബർമ്മീസ് സുന്ദരിക്ക് കോഴിക്കോട്ടുകാരൻ പ്രവാസിയിലുണ്ടായ മകൻ. രണ്ടാം ലോകമഹായുദ്ധക്കാലത്ത് ബർമ്മ വിട്ട് പലായനം ചെയ്ത ഉപ്പയ്ക്കൊപ്പം ഏഴാം വയസ്സിൽ നൂറു ദേശങ്ങൾ താണ്ടി കേരളത്തിലേക്കെത്തിയ ഉമ്മയില്ലാപ്പയ്യൻ! രാജ്യങ്ങൾക്ക്, ഭാഷകൾക്ക്, ജാതിമതങ്ങൾക്കൊക്കെ നാം വരയ്ക്കുന്ന അതിർത്തികൾക്ക് മനുഷ്യത്വമെന്ന മഹാപ്രകാശത്തിനു മുന്നിൽ ഒരു പ്രസക്തിയുമില്ലെന്ന് ജന്മം കൊണ്ടുതന്നെ തെളിയിക്കാൻ ഭാഗ്യം കിട്ടിയ ഒരേയൊരു മലയാളി എഴുത്തുകാരൻ.

ആ രണ്ടു മനുഷ്യരും ചേർന്ന് എന്റെ ഞായറാഴ്ചയെ ഉദ്ദീപ്തമാക്കി. സത്താറിക്കയുടെ വെള്ളക്കാറും ഖാദറിക്കയുടെ ചുവന്ന കാറും ‘ഭൂമി’യിൽ നിന്നു മടങ്ങുന്നതും നോക്കി നിൽക്കുമ്പോൾ അത് ഉച്ചമയക്കത്തിൽ കണ്ട സ്വപ്നമല്ല എന്നുറപ്പുവരുത്താൻ ഞാൻ മൊബൈൽ ഫോൺ എടുത്തു നോക്കി.

ഭാഗ്യം, എടുത്ത ഫോട്ടോകൾ ഫോണിൽത്തന്നെയുണ്ട്! കണ്ടതു സ്വപ്നമല്ലെന്നുള്ളതിനു അതു തന്നെ ഏറ്റവും വലിയ തെളിവ്!

വലിയൊരു എഴുത്തുകാരനേയും വലിയൊരു വായനക്കാരനേയും ഒപ്പം അതിഥിയായി കിട്ടിയ വിസ്മയം കണ്ണിൽ അപ്പോഴും അസ്തമിക്കാതെ നിന്ന പ്രിയപ്പെട്ടവളോട് ഞാൻ പറഞ്ഞു: “മനുഷ്യജീവിതത്തെ ഇത്രമേൽ മലിനമാക്കിയതിന്റെ കുപ്രസിദ്ധി ഈ മൊബൈയിൽഫോണുകൾക്ക് വരുംകാലം ചാർത്തിക്കൊടുക്കുമായിരിക്കാം. പക്ഷേ ഈ ചിത്രങ്ങൾ പകർത്തിയ ധന്യതകൊണ്ട് അവ തങ്ങളുടെ പേരുദോഷത്തിനു പ്രായശ്ചിത്തം ചെയ്തിരിക്കുന്നു!”

■

ജയന്റെ മകൻ

കുട്ടിക്കാലത്തിന്റെ പ്രഭാതങ്ങളെ ഐശ്വര്യവത്താക്കിയ ഇരട്ടശബ്ദങ്ങളായിരുന്നു ജയവിജയന്മാരുടേത്. അയിരിൽനിന്നു ശുദ്ധലോഹമായി സംസ്കരിക്കപ്പെടാത്തതുപോലെ തോന്നിച്ച സ്വരത്തിൽ അവർ അയ്യപ്പനെ പറ്റി പാടുമ്പോൾ എന്റെ തലച്ചോറിനെ പൊതിഞ്ഞ ചിരട്ടയുടെ മുക്കണ്ണിലൊന്നിലൂടെ ഭക്തി മുളപൊട്ടിയിരുന്നു. പിന്നീട് ഈ ഇരട്ട സഹോദരന്മാർ ചെയ്ത സിനിമാഗാനങ്ങളുടെ തനിമയിൽ ഒരാൺമയിലിനെപ്പോലെ എന്റെ ആത്മാവ് നൃത്തം വച്ചിരുന്നു. പാടൂർപ്പുഴ കടന്ന് പാലക്കാട്ടെ കോട്ടായി എന്ന സ്ഥലത്ത് ചെമ്പൈ ഗ്രാമത്തിൽ ഗാനഗന്ധർവ്വന്റെ കച്ചേരി കേൾക്കാൻ പോയ ഒരു യൗവനസന്ധ്യയിൽ, ജയ, ബ്രാക്കറ്റിൽ ജയവിജയ എന്നെഴുതിയ ഒരു നോട്ടീസ് സങ്കടമുണ്ടാക്കിയിരുന്നു. മറ്റേപ്പകുതി മുറിഞ്ഞുപോയി ഒറ്റയായ ഒരു ശ്വാസകോശമായി അപ്പോഴും ജയൻ സംഗീതത്തിനു പ്രാണവായു നൽകിക്കൊണ്ട് വേദിയിൽ ഇരുന്നു പാടുന്നതു

കണ്ടപ്പോൾ, ഒറ്റക്കണ്ണ്, ഒറ്റക്കാത്, ഒറ്റക്കൈ എന്നീ വാക്കുകളുടെ ദുഃഖം ഒറ്റപ്രാണൻ എന്ന വാക്കിലും നിറഞ്ഞു.

ഇത്രയും പറഞ്ഞത് ഇന്നലെ അദ്ദേഹത്തിന്റെ മകൻ, പ്രശസ്ത നടൻ മനോജ് കെ. ജയനുമൊത്ത് സലാലയിലൂടെ നടത്തിയ ഒരു പാതിരാ യാത്രയുടെ ഓർമ്മയിലാണ്. ഇവിടുത്തെ ഇന്ത്യൻ സോഷ്യൽ ക്ലബ്ബിന്റെ കേരളവിഭാഗം വാർഷികാഘോഷത്തിന്റെ ഉദ്ഘാടനത്തിനാണ് ഞാൻ വന്നത്. മുഖ്യാതിഥിയായി എത്തിയതാണ് പ്രിയനടൻ. സംഗീതത്തെക്കുറിച്ചു പറഞ്ഞുതുടങ്ങിയപ്പോൾ, ശാസ്ത്രീയമായി സംഗീതം അഭ്യസിക്കാൻ ഭാഗ്യമില്ലാതെ പോയതിലുള്ള എന്റെ ഒരു ജന്മദുഃഖത്തിൽ മഹാസംഗീതജ്ഞരുടെ ചില്ലയിൽ വിരിഞ്ഞ മനോജും പങ്കാളിയായി. മുഖ്യസംഘാടകനായ സുരേഷിന്റെ കാറിലിരുന്ന് ജയവിജയന്മാരുടെ അതിമനോഹരമായ ആദ്യകാല ഗാനങ്ങൾ മകൻ എന്നെ പാടിക്കേൾപ്പിച്ചു. ആ നേരങ്ങളിൽ വെള്ളിത്തിരയേക്കാൾ വലുതായി നടൻ.

നന്ദി, മനോജ്. ഇന്നലത്തെ പാതിരായാത്രയ്ക്ക്.

താങ്കൾ സംഗീതം പഠിച്ചിട്ടില്ലെന്ന കാര്യം മക്കളെ കലാതിലകമാക്കാൻ ഇൻസ്റ്റന്റ് ഗുരുക്കന്മാരെ തപ്പിപ്പായുന്ന ഞങ്ങൾ മലയാളികൾക്ക് അദ്ഭുതമുണ്ടാക്കുന്ന കാര്യമാണ്. എന്നാൽ സർവവിധത്തിലുമുള്ള സർഗ്ഗാത്മകതയ്ക്കും അനുഗ്രഹമേകുന്ന ആ മഹാഗുരു താങ്കളുടെ പ്രാണനിൽ ഒരു പരിശീലനദുഃഖവും തീണ്ടാതെ പ്രകാശിക്കുന്നത് ഇന്നലെ ഞാൻ അറിഞ്ഞു.

അത് എന്റെ രാവിനേയും പ്രകാശിപ്പിച്ചു ■

Our Pakistani Counterparts

തലവാചകം ഇംഗ്ലീഷിലായത് ക്ഷമിക്കുക. രാഷ്ട്രനേതാക്കളുടെ വിദേശ സന്ദർശന വേളകളുടെ ചിത്രശീർഷകങ്ങളിൽ പലവുരു കണ്ടിട്ടുള്ള ഒന്നിനെ ഞാൻ ഒരു കൊതി കൊണ്ട് കടമെടുത്തതാണ്. ഒമാനിലെ സലാലയിലുള്ള സുഹൃത്ത് സുരേഷ് ബാബുവിന്റെ വീടിനു പിന്നിലെ വിശാലമായ പച്ചക്കറിത്തോട്ടത്തിന്റെ കാവൽക്കാരൻ ഇദ്രിസും ഭാര്യ സുരയ്യയുമാണ് കസേരയിൽ ഇരിക്കുന്നവർ. മലയാളിയായ ഒരു ഇംഗ്ലീഷ് എഴുത്തുകാരി ഇദ്രിസ് എന്ന പേരിൽ ഒരു നോവൽ എഴുതിയിട്ടുണ്ടെന്നോ

ഞങ്ങളുടെ ഒരു വലിയ എഴുത്തുകാരി ഇസ്ലാം മതം സ്വീകരിച്ച് സുരയ്യ എന്ന പേരു സ്വീകരിച്ചതോ ഞാൻ ഈ ഇദ്രിസിനോടും സുരയ്യയോടും പറഞ്ഞില്ല. പകരം നമ്മുടെ മുന്നിൽ വരുന്ന ഓരോ വസ്തുവിലും വ്യക്തിയിലും ഒന്നു ശ്രദ്ധിച്ചാൽ കണ്ടെത്താവുന്ന ഇത്തരം ബന്ധുത്വങ്ങളോർത്ത് വിസ്മയിക്കുകമാത്രം ചെയ്തു.

പാക്കിസ്താനിൽ നിന്ന് ഇദ്രിസും സുരയ്യയും ഒമാനിലെത്തിയിട്ട് ഒത്തിരി കാലമായി. ആദ്യം മസ്കറ്റിലായിരുന്നു. യജമാനൻ സലാലയിൽ ഒരു തോട്ടവും അതിഥികൾക്ക് കുളിച്ചു താമസിക്കാനുള്ള ഒരു റിസോർട്ടും വാങ്ങിയപ്പോൾ വിശ്വസ്തനായ ഇദ്രിസിനെ അതിന്റെ മേൽനോട്ടക്കാരനാക്കി. വാഴയും തെങ്ങും മൾബെറിയും പപ്പായമരങ്ങളും എള്ളും തല്ലിത്തെങ്ങുമെല്ലാം നിറഞ്ഞ ഈ പുരയിടത്തിന്റെ നാഥനായി ഇദ്രിസ് എത്തുന്നത് അങ്ങനെയാണ്. ദുർമ്മേദസ്സുകൊണ്ടുള്ള ഒരു അവധാനത ചലനങ്ങളിൽ കാണാമെങ്കിലും കാര്യക്ഷമതയിൽ ഈ കാര്യസ്ഥൻ ഒട്ടും പിന്നിലല്ലെന്ന് സംസാരത്തിൽനിന്നു തെളിഞ്ഞു. ചെന്തെങ്ങിന്റെ മുഴുത്ത ഒരു കരിക്ക് എനിക്ക് തന്നിട്ട് ഇദ്രിസ് പറഞ്ഞു: "എന്റെ മുതലാളിക്കു വേണ്ടി പറിച്ചുവച്ചതാണ്. പക്ഷേ ഇതിപ്പോൾ കുടിക്കാനുള്ള ഭാഗ്യം അങ്ങേക്കാണ്."

മൂന്നു മക്കളാണ് ഇദ്രിസ്സിന്. ഒരു മകളും രണ്ട് ആൺമക്കളും. ഇളയ കുഞ്ഞ് ഇവിടെയുള്ള പാക്കിസ്താനി സ്കൂളിൽ രണ്ടാം ക്ലാസിൽ എത്തിയിട്ടേയുള്ളൂ. മകൾ വിവാഹിതയായി പാകിസ്താനിൽ തന്നെ. പഠിപ്പിൽ മോശക്കാരനായ മുതിർന്ന മറ്റൊരു മകൻ ഒരു മലയാളിയുടെ കാരുണ്യം കൊണ്ട് ഇവിടെയുള്ള ഒരു ഓഫീസിൽ പ്യൂണായി ജോലി ചെയ്യുന്നു.

വൈകുന്നേരത്തെ ഫ്ളൈറ്റിന്റെ സമയം ചോദിച്ചറിഞ്ഞിട്ട് ഇദ്രിസ് പറഞ്ഞു: "ഇവിടെ ഞാൻ വിളയിച്ച പച്ചക്കറികളും പഴങ്ങളുമൊക്കെ ഞാനൊരു പെട്ടിയിലാക്കി തരാം. നാട്ടിൽ മക്കൾക്കു കൊടുക്കാൻ ഇദ്രിസ്സിന്റെ സമ്മാനം!"

എന്റെ മനസ്സിൽ തിരുവാതിര ഞാറ്റുവേല പോലെ എന്തോ ഒന്നു പെയ്തു. വിഷം നിറഞ്ഞ പച്ചക്കറികളും പഴങ്ങളുമാണ് ഞങ്ങൾ ഇന്ത്യക്കാർ പരസ്പരം തീറ്റിച്ച് കേമന്മാരാകുന്നതെന്ന കാര്യം ഞാൻ ഇദ്രിസ്സിനോടു പറഞ്ഞില്ല. പകരം അന്യനാട്ടിൽ വച്ചു സഹോദരന്മാർ പരസ്പരം തിരിച്ചറിയുന്ന പഴയ നസീർ സിനിമയിലെ രംഗങ്ങൾ ഇതാ എന്റെ കാര്യത്തിലും യാഥാർത്ഥ്യമാകുന്നല്ലോ എന്നൊരു വിസ്മയത്തിനെ നാടൻ ലുങ്കിയുടുപ്പിച്ചുകൊണ്ട് ഞാൻ ആ മുതിർന്ന സഹോദരനെയും അദ്ദേഹത്തിന്റെ ഭാര്യയേയും കസേരയിട്ടിരുത്തി. പിന്നെ പിന്നിൽ ഞാനും ഭാര്യയും നിന്ന് ഒരു ഫോട്ടോ എടുത്തു.

ഒമാനിൽ സന്ദർശനം നടത്തുന്ന ഞാനും ഭാര്യയും ഞങ്ങളുടെ പാക്കിസ്താനി കൗണ്ടർപാർട്ടിനൊപ്പം എന്ന അടിക്കുറിപ്പുമായി നാളെ രാവിലെ ദൈവം വായിക്കുന്ന ദിനപത്രത്തിൽ ഈ ചിത്രം ഒന്നാം പേജിൽ വരുമെന്ന കാര്യവും ഞാൻ പാവം ഇദ്രിസ്സിനോടു പറഞ്ഞില്ല. ■